*nu na nu nống
xứ mêman*

Nu Na Nu Nống Xứ Mêman

Truyện **Nguyễn Viện** (2024)

Tác giả giữ bản quyền

nguyễn viện

NU NA NU NỐNG
XỨ MÊMAN

cổ tích mới

Minh họa **Bảo Huân**

NHÂN ẢNH 2024

1. THƯỢNG ĐẾ SINH RA QUỶ

Ngày xửa ngày xưa
có một con quỷ thật xinh đẹp
tất cả các thiên thần đều say đắm nhan sắc của nó
nhưng không một ai chinh phục được trái tim bí ẩn của nó
cũng không một chiếc gương soi nào phát hiện ra nó là quỷ
khi ấy

những con rắn độc chỉ là món trang sức cho các thiên thần đi dạo trên những đám mây

một ngày kia

không biết vì lý do gì

thượng đế tạo ra cây táo thơm và phán

đây là cây trái cấm

tất cả các thiên thần đều ngây ngất vì mùi thơm của trái cấm

nhưng không ai dám ăn vì lòng hãi sợ thượng đế

cũng không ai biết được điều kỳ diệu nào của quả táo độc nhất và vô cùng hấp dẫn này có thể mang lại cho người dám ăn nó

riêng con quỷ biết bí mật của trái cấm

thay vì xúi giục các thiên thần ăn trái cấm như câu chuyện của loài người con quỷ chờ hôm thượng đế đi vắng

nó hái trộm quả táo và cắn thử một miếng xem có đúng như nó nghĩ không

vừa nuốt khỏi cuống họng

ngay tức thì

con quỷ hiện nguyên hình

nó có hai cái sừng trên đầu

răng nanh mọc dài ra khỏi miệng

dưới đít có đuôi

con quỷ vội vứt quả táo đang cắn dở xuống trần gian

cũng từ ấy

loài người biết tranh giành cắn xé nhau vì quả táo trên trời rơi xuống cũng như mọi thứ khác mà nó muốn

phần con quỷ

nó xấu hổ vì nhan sắc của mình không lừa đảo được ai quỷ trốn xuống hỏa ngục.

2. NƠI TÌNH YÊU BẮT ĐẦU

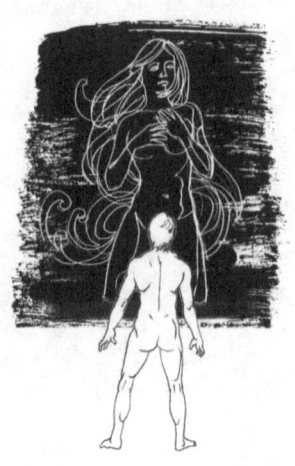

Ngày xửa ngày xưa
khi trời đất còn hỗn mang
yêu ghét chưa rõ ràng
hận thù không có
gian dối không có
con sông nói với ngọn núi
chào bạn
tôi ra biển

ngọn núi dửng dưng không trả lời
bởi chính nó cũng không biết vui hay buồn
ra tới biển
con sông bị sóng đánh dội ngược lại
nó dâng lên hạ xuống theo mùa trăng
cũng không biết vui hay buồn
khi ấy
chính thượng đế cũng cảm thấy mọi sự tẻ nhạt
ngài bèn lấy đất nặn một hình tượng theo hình ảnh ngài và thổi hơi thở của ngài vào miệng nó
tức thì
tượng đất biết thở
và chân tay cũng như mọi cơ quan khác của tượng bắt đầu hoạt động
đấy là con người đầu tiên
thượng đế phán
hãy là bạn ta
từ đó con người trở thành bạn của thượng đế
họ nói chuyện với nhau suốt ngày
suốt đêm
thượng đế thấy vui và ngài hài lòng với công trình của mình
nhưng con người lại cảm thấy điều ấy vừa buồn chán vừa nặng nề
một hôm con người đứng bên dòng sông và nhìn thấy bóng mình dưới nước
từ đáy sâu trong lòng
con người thốt lên

ước gì có một người bạn như ta
thượng đế là đấng thấu biết mọi sự
ngài nói
ta sẽ cho ngươi được hài lòng
ngay tức khắc
từ dưới nước
chiếc bóng của con người từ từ nổi lên và e lệ bước lên bờ
nhìn người lạ vừa xuất hiện
con người đầu tiên sững sờ và không thể không say đắm vì sự khác biệt
mà hắn vừa nhận ra
ngực có cặp vú to như ẩn chứa cả một kho lương thực thơm tho làm hắn
thảng thốt
ở phía dưới
giữa hai chân là một khoảng trống nhưng hấp dẫn một cách ngột ngạt
hắn đồng thời nhận ra mình
là một người đàn ông
và cái bóng của hắn trước đây
là một người đàn bà
thượng đế phán
các ngươi là của nhau
các thiên thần vây quanh thượng đế và tung hô
chúng ta là tình yêu
từ đó tình yêu lan tỏa
thấm đượm vào mọi nơi
từ cỏ cây sông núi đến mọi sự sống khác.

3. CON QUÁI VẬT Ở ĐỒNG BẰNG

Ngày xửa ngày xưa
khi sáng và tối còn lẫn lộn
có một con quái vật xuất hiện ở đồng bằng
nó có hai đầu và bốn tay
một đầu mọc trên cổ giống như loài người

một đầu mọc ra từ lỗ đít với cái mặt luôn hướng xuống đất
dưới mỗi cái đầu đều có hai cánh tay
không ai biết con quái vật từ đâu sinh ra
nó là nỗi kinh hoàng của tất cả mọi lương dân sống trong vùng
đi đến đâu nó tàn phá đến đó
ăn bất cứ thứ gì gặp trên đường
cây cối
ruộng lúa
gia súc
thậm chí cả các thứ khô cứng như cầu cống
nhà cửa
nó đều ăn hết
vì đít nó cũng là một cái đầu chỉ biết ăn nên không có chỗ tiêu hóa
bụng nó càng ngày càng to
đồng thời cũng càng ngày càng khỏe
không ai giết được nó và cũng không có cách nào giết được nó
kể cả khi người dân cùng nhau xúm lại dùng dao đâm nó
không giết được nó và cũng không thể trốn chạy được nó
dân lành chỉ biết than khóc và mặc áo xô gai để cầu mong lòng thương xót của nó
họ lập các bàn thờ trước nhà để hy vọng con quái vật biết hãi sợ thánh thần mà buông tha cho dân chúng
nhưng tất cả các biện pháp đều vô ích
chẳng những nó ăn không chừa thứ gì mà còn bắt con người phải phục dịch cung phụng những thứ nó muốn
giữa lúc tang thương khốn khổ cùng cực ấy

một ngọn lửa từ trời mang hình cái bánh rơi xuống
con quái vật hăm hở ngửa mặt
đón cái bánh rơi thẳng vào miệng
nó nghĩ đây sẽ là món ăn ngon và lạ miệng nhất
quả thật
chiếc bánh nóng và thơm lừng
nhưng khi ngọn lửa mang hình chiếc bánh vừa lọt vào trong bụng con quái vật
ngay lập tức
nó đốt cháy tất cả những thứ mà con quái vật từng ăn như gia súc
cây cối
nhà cửa
cầu cống
còn lưu trữ trong bụng
ngọn lửa bốc cao và cháy mãi
cháy mãi
cuối cùng
con quái vật chỉ còn là một vệt khói
từ đó
người dân tưởng rằng cuộc sống sẽ yên vui
nhưng sáng và tối vẫn còn lẫn lộn
người ta không lường được một con quái vật khác sẽ lại xuất hiện
và sợ hãi làm nô lệ cho nó.

4. CHUYỆN CỦA DÒNG SÔNG

Một ngày kia
khi dòng sông chảy ra tới biển
dòng nước ngọt của sông bỗng thấy xốn xang
vị mặn của nước biển làm cho dòng sông thấy mình lạt lẽo
cái mênh mông của biển làm cho dòng sông thấy mình nhỏ bé
dòng sông cố nâng mình lên bằng những đợt thủy triều
tuy sông có đầy hơn nhưng nó vẫn không thể lớn rộng hơn
dòng sông cố uống những cuộn sóng của biển nhưng nước của dòng sông cũng chỉ có vị lợ
dòng sông buồn bã muốn quay về núi
nhưng nước đã xa nguồn
dòng sông không thể quay về nơi nó đã sinh ra
từ đó dòng sông chỉ lờ lững buông trôi cuộc đời mình trên đồng bằng
nhưng nó không hề biết những người làm nông
những người đánh cá trên sông biết ơn nguồn nước của nó
nó cũng không biết có biết bao nhiêu lời hẹn hò say đắm của những kẻ yêu nhau gởi gắm vào sự nông sâu của nó.

5. ƯỚC MƠ CỦA GÃ CHĂN BÒ

Ngày xửa ngày xưa
có một gã chăn bò mơ mộng và lười biếng
hắn thầm ước đất đai mọc toàn cỏ
bò có thể ăn thỏa thích
hắn sẽ không phải vất vả dắt bò lang thang kiếm ăn xa

thượng đế ở trên trời
người biết được tất cả mọi thầm kín
hiện ra dưới dạng một ông lão và nói với gã chăn bò
nếu ta giúp mi có một đồng cỏ bao la mà bò ăn không bao giờ hết thì ngươi sẽ đền ơn ta bằng cách nào
gã chăn bò vốn lười biếng trả lời
thưa cụ
nếu cụ có thể giúp con nuôi đàn bò này béo tốt
một phần mười đàn bò này sẽ là của cụ
thượng đế dưới dạng một ông lão bảo
ta không phải ăn vẫn sống
nên không cần bò của mi
gã chăn bò bất ngờ như tìm thấy chân lý nói
thế cụ có thể giúp con không phải làm gì mà cũng có ăn không
thượng đế dưới dạng một ông lão trả lời
con người được thượng đế sinh ra
có cái miệng để ăn và nói
có cái hậu môn để xả bỏ chất thải tuần hoàn tiêu hóa
có tay chân để làm việc
có đầu óc để suy nghĩ
và có tất cả mọi thứ xung quanh như khí trời
mưa nắng
đất đai và cây cỏ
muông thú
nếu mi không làm gì mà cũng có ăn thì thượng đế cho mi tay chân và đầu

óc làm gì

gã chăn bò lúc ấy mới tỏ ra mình cũng là người hiểu biết nói

các bậc thánh nhân đã dạy bảo con người hãy sống hồn nhiên như cây cỏ mây trời

thượng đế dưới dạng một ông lão cười nói

đấy là các ông thánh nói

không phải ta

mi đừng quên

các ông thánh cũng phải ăn

gã chăn bò không buồn che giấu sự thất vọng nói

thế thì các ông thánh ấy cũng vô tích sự như cụ mà thôi

thượng đế dưới dạng một ông lão bảo

điều gì cần làm cho mặt đất cũng như con người thì thượng đế đã làm cả rồi

gã chăn bò hỏi lại

có nghĩa là cụ cũng không tin có phép lạ phải không

thượng đế dưới dạng một ông lão bảo

không phải ta không tin

nhưng ta bảo thật

làm gì có phép lạ khi ngươi không muốn làm gì

nói xong

chúa trời dưới dạng một ông lão lắc đầu bỏ đi

gã chăn bò nhìn theo

cũng lắc đầu và nghĩ

chẳng có ai giúp được ta

dưới cái nắng chang chang

mặt đất khô cháy nứt nẻ

gã chăn bò ngao ngán lùa đàn bò đi tìm đồng cỏ và hắn lại thầm mơ ước có một đồng cỏ xanh tốt vô tận

giữa lúc ấy trong đầu gã mở ra một cảnh tượng tuyệt vời đến nỗi gã phải thốt lên

"cỏ non xanh rợn chân trời

cành lê trắng điểm một vài bông hoa" (Nguyễn Du)

gã chăn bò cảm thấy điều ấy thật thú vị

như lần đầu gã nhìn thấy đồng cỏ

lập đi lập lại câu thơ ấy không dưới mười lần

gã phát hiện ra

ngôn từ cũng đẹp và quyến rũ không khác gì cảnh tượng được nhìn thấy

từ đó

loài người có thêm một loại được gọi là nhà thơ.

6. CHIM CỦA CÁC LOẠI CHIM

Ngày xưa ở xứ mêman
có một ông vua rất thích chim
trong ngự uyển mênh mông của ngài có đủ các loại chim được nuôi
chúng thi nhau hót suốt ngày đêm
đức vua rất vui vì sự rộn rã líu lo đủ kiểu đủ giọng của chúng

một ngày kia
có một khách lạ từ phương xa đến
hắn xin được yết kiến đức vua vì muốn tiến dâng ngài một báu vật
đức vua cho hắn vào
khi nhìn thấy hắn không mang theo thứ gì
ngài tức giận nhưng vẫn độ lượng hỏi
ngươi có gì để đến đây
người lạ bình tĩnh đáp
thưa thánh thượng
hạ thần là một loại chim có thể thay thế tất cả cái loại chim khác của ngài
nghi ngờ sự gian trá của người lạ
đức vua nghĩ sẽ phải trừng trị xứng đáng kẻ khi quân này
ngài bảo hãy chứng tỏ cho ta xem
người lạ thưa
thánh thượng có thể cho phép hạ thần được tường tận mắt thấy tai nghe tất cả các con chim hiện có của ngài không ạ
nghe xong
đức vua lại càng tức giận vì sự vô lễ của hắn
nhưng ngài vẫn đồng ý
ngài tin rằng trên đời không còn có thể tìm thấy thêm một loại chim nào khác nữa
và người lạ này sẽ phải chết
gã được các thị vệ dẫn đi khắp ngự uyển và nghe từng con chim hót
trở lại gặp đức vua
người lạ thưa

đây là báu vật của hạ thần xin dâng tiến ngài
nói xong hắn bắt đầu chu mỏ hót
từ tiếng gù gù của chim bồ câu đến tiếng líu lo của sơn ca
họa mi
đều được hắn lập lại
không thiếu tiếng của một giống chim nào
đức vua rất hài lòng
ngài hỏi
ngươi muốn được ta ban thưởng điều gì
người lạ nói
thưa thánh thượng
hạ thần chỉ ao ước được ở bên ngài sớm tối
để được góp phần cùng trăm họ ca tụng tôn vinh ngài
đức vua anh minh nhận ra ngay gã khách lạ này cũng chỉ là một kẻ nịnh hót
dù vậy
ngài vẫn vui hỏi lại
tại sao ngươi lại muốn làm cái điều giả dối ấy
người lạ nói
thưa thánh thượng
so với các loại chim
thì lời tụng ca của muôn dân với đấng tối cao của họ mới là tiếng hót hay nhất
mà hạ thần không thể nào có được
đức vua cũng nhận ra ngay gã khách lạ này tham lam

gian xảo cực độ

ngài hỏi

phải chăng ngươi muốn chia sẻ cái vinh quang độc tôn của ta

người lạ vội vàng bào chữa

thưa thánh thượng

hạ thần không dám phạm thượng

sự tồn tại của hạ thần chỉ có ý nghĩa khi trở thành một tụng ca với thánh thượng

đức vua siêu lòng phán

nếu ta đồng ý thì ngươi sẽ đền đáp ta thế nào

người lạ nói

thưa thánh thượng

không có lời tụng ca nào thiêng liêng và lớn lao cho bằng chính lời nói của thánh thượng được muôn dân lập lại

học tập

theo gương

như một loại chim chưa hề có trong trời đất

hạ thần sẽ biến điều ấy thành hiện thực

đức vua thầm nghĩ

cha mẹ sinh ra ta

nhưng người này mới hiểu ta

ngài thử thách lòng trung thành của gã

ta chấp nhận cho ngươi được hầu cận ta suốt ngày đêm

nhưng với một điều kiện

ngươi phải bị thiến để bảo vệ sự trong sáng uy quyền tối thượng của ta trong cung đình này người lạ dập đầu tạ ơn

từ đó người lạ trở thành một phần của đức vua

và trong khắp cõi dân gian luôn vang lên một giọng điệu duy nhất

giọng điệu nhái lời đức vua như những tiếng chim hót

lập đi lập lại

không thay đổi.

7. CỬA HOÀNG HÔN

Một ông vua nọ
luôn tự cho mình là hoàn hảo
ngài có tất cả những điều mong muốn
hàng ngàn cung tần mỹ nữ
các công chúa và hoàng tử đều khôn ngoan xinh đẹp

đất nước thanh bình
muôn dân hạnh phúc
nhưng mỗi khi về chiều
nhìn ngắm hoàng hôn xuống
ngài trở nên hoang mang buồn bã
không một cận thần nào làm cho ngài vui
không một trò giải trí nào giúp ngài khuây khỏa
cũng không một mỹ nữ nào khiến ngài quên lãng sự thật trống vắng trong lòng
điều ấy làm cho ngài càng ngày càng u uất
ngài tự hỏi điều gì mới là ý nghĩa cuộc sống
không một cận thần nào có thể giải đáp thỏa đáng cho ngài
cũng không một cuốn sách nào có thể soi sáng cho ngài
một hôm
giữa quần thần ngài phán
trong các ngươi
ai có thể mang đến cho ta sự an nhiên hạnh phúc
ta sẵn sàng chia nửa giang sơn cho kẻ ấy
quần thần thi nhau hiến kế
người thì bảo hãy thiền định để giải thoát phiền não
kẻ lại bảo hãy ngao du sơn thủy để thiên nhiên hòa giải tâm hồn
những điều ấy đều vô ích với ngài
một hôm đức vua vi hành ngoài đường phố
ngài thấy có một đám đông dân chúng đang vây quanh một người bán thuốc dạo

đức vua tò mò cũng chen lấn vào xem
người bán thuốc dạo vừa hát vừa nhảy múa
thuốc này là thuốc tiên
chỉ dành cho ai có nhân duyên
nếu bạn có uy quyền
có nghĩa bạn đang điên
vì tự chuốc ưu phiền
không phải nói quàng xiên
bạn cần uống thuốc tiên
nhảm nhí
đức vua nghĩ thế và ra lệnh cho thị vệ bắt bỏ tù người bán thuốc dạo vì đã xúc phạm uy danh ngài
đến một chỗ khác
đức vua gặp một bà lão bán bánh cam
bà lão hát
mời ông mua bánh cam
bánh do nhà tôi làm
ngon thơm và bổ dưỡng
ăn vào hết tham lam
nhà vua tức giận
ngài lại ra lệnh cho thị vệ bắt bỏ tù bà bánh cam vì tội có mắt như mù không biết ngài là ai
đến một chỗ khác nữa
đức vua thấy một đám trẻ con đang chơi đùa
chúng hát

rồng rắn lên mây
có cây có hoa
có vua có chúa
con công nó múa
công chúa có bầu
hoàng tử buồn rầu
bỏ đi biệt xứ
đức vua nghe xong không giữ được bình tĩnh hét lên
bọn này láo
bắt hết
bắt hết
thị vệ giả dạng thường dân đi theo bảo vệ đức vua liền xông vào
bắt hết bọn trẻ
cứ theo tuổi mà đánh đòn
mỗi tuổi 5 roi
đức vua chán nản về thành
ngài buồn bực không hiểu tại sao đám dân đen kia lại có thể vô ơn với ngài đến thế
cận thần của ngài thì không hiểu được vì sao đức vua lại không vui khi ngài dường như đã có tất cả trần gian
cho đến khi chết đi
đức vua vẫn hoang mang về sự bất định của mình mỗi khi chiều tà.

8. CÂY VIOLON BIẾT NHẬU

Ngày xưa

khi mọi loài muông thú cũng như con người và các đồ vật có thể hiểu tiếng nói của nhau

có một cây đàn violon biết nhậu

mỗi sáng nó uống cả ngàn mét khối nắng
trời có bao nhiêu gió nó nuốt hết bấy nhiêu
đến chiều tối nó la cà trong các quán xá
nhậu bất kể thứ gì
gà
bò
hay côn trùng nó đều ăn
uống rượu thì không bao giờ say
cùng đi nhậu với violon là một cô gái xinh đẹp
cô có đôi vai thon nuột như cây chuối
violon rất thích ngả đầu vào vai cô
mỗi lần như thế
cả cô gái và violon đều ngây ngất
tự sâu trong lòng
họ muốn dâng hiến cho nhau
rồi họ cứa vào nhau
nỗi niềm nhân gian mong chờ hân hoan đau khổ
réo rắt ngân lên
nắng và gió
mưa và mây trời
rừng núi thâm u và biển cả mênh mông
tất cả đều bát ngát âm vang
ngày nào cũng như ngày ấy
tình yêu là một bản hòa ca vô tận của tất cả muôn loài
cho đến một ngày

cây đàn không đi nhậu nữa
bởi vì cô gái kia đã đi lấy chồng
khi sinh ra những đứa con
cô gái của ngày xưa bảo
mỗi đứa bé là một cây đàn
và cô bận bịu với chúng suốt ngày đêm cả đến khi cô già yếu và qua đời
phần cây violon
nó vẫn chờ đợi một cô gái nào đó đến để lại được say sưa.

9. NGƯỜI ĐI TÌM KHO BÁU

Tương truyền trên thế gian này có rất nhiều kho báu
hoặc do những người giàu có chôn giấu mà con cháu họ không biết
hoặc do những bọn cướp thu được mà vì lý do nào đấy bị lãng quên
rất nhiều người muốn truy tìm khám phá những kho báu ấy

ở xứ mêman
có một chàng thanh niên mơ mộng và thích phiêu lưu
chàng tin rằng còn rất nhiều kho báu chưa được khám phá
vì thế
chàng đã chuẩn bị đầy đủ mọi vốn liếng
từ sức khỏe đến các phương tiện cần thiết để lên đường
đầu tiên chàng đi về phía bắc
vượt qua mọi núi non
chàng săm soi mọi hang hốc
không thấy gì
mọi hang hốc đều ẩm ướt và hoang vu
chàng đổi hướng sang phía tây
đào bới tất cả mọi sa mạc
dưới đất cát cũng chỉ là đất cát
không nản chí
chàng vòng sang phía nam
đồng bằng với những con sông mênh mang
chàng nghĩ địa hình thế này thì chẳng chôn giấu gì được
cuối cùng
chàng quyết định đi sang hướng đông
ngày này qua ngày khác
một hôm tới trước biển
nhìn biển chàng thất vọng
làm sao có thể giấu gì trong nước
nhưng lại nghĩ

biết đâu bên kia biển sẽ là một kho báu
thế là chàng đóng một cái bè
chọn ngày đẹp trời gió thuận
rong buồm ra khơi
đi mãi
đi mãi
chân trời ở cuối tầm mắt nhưng đi không bao giờ tới
bất ngờ giông bão nổi lên
chàng biết thế nào mình cũng phải bỏ xác trên biển
đúng lúc ấy
chàng nhận ra sự viển vông của mình
trước khi rơi xuống biển
chàng xé miếng áo và viết lên mấy chữ
rồi bỏ vào chai rượu chàng vẫn mang theo cùng mình lênh đênh theo sóng
một ngày kia
có một cậu bé nhặt được cái chai trên bãi cát
cậu bé tò mò mở cái chai ra xem
miếng vải chỉ có một câu ngắn
"tôi đã tìm ra kho báu
đó là chính tôi và ý chí của tôi".

10. THẦN SỐNG VÀ THẦN CHẾT

Sau khi ngọn lửa hồng hoang thiêu đốt hoàn toàn mặt đất
thời gian trôi qua trôi qua
tưởng như không có một cuộc chờ đợi nào
nhưng rồi một trận mưa từ trời đổ xuống
mưa ngày này qua ngày khác

mưa không những làm nguội mà còn khiến cho mặt đất ngập lụt
tưởng như úng thối bởi thời gian
rất lâu sau nước mới rút dần làm thành các đại dương và sông suối
lại rất lâu sau
trên mặt đất bỗng dưng cây cỏ mọc lên xanh tốt
và các loài vật xuất hiện
đúng lúc ấy
từ hỏa ngục vẫn còn nóng cháy
thần chết ngoi lên
gã cầm lưỡi hái như người nông dân phát cỏ
đi đến đâu gã tàn sát đến đó
bất kể là cây cối hay muông thú
mặt đất lại có nguy cơ trở thành hồng hoang
may thay mưa nắng vẫn thuận hòa
con vật này chết thì đã có những con vật khác được sinh ra
cây cỏ này héo úa thì đã có những cây cỏ khác xanh tươi mọc lên
thần chết tức tối hét lên
chết chóc suy tàn là quyền lực tối hậu của ta
gã tiếp tục ra tay tàn sát càng ngày càng hung hãn
gã tạo ra bệnh tật và các thứ tai nạn khác để tận diệt muôn loài
cũng lúc ấy thần sống từ trong nguyên ủy của muôn loài hiện ra chói lòa
như ánh sáng ban mai hùng hồn nói
sự sống thì bất diệt
thần chết gầm gừ cả ngươi cũng phải chết
thần sống cười vang như sấm đáp lại

ngay cả chính ngươi không phải đã sống sao

thần chết sững lại

trong một ánh chớp của sự sáng

gã nhận ra mình cũng là một phần của sự sống

từ đó

thần chết trở nên vô tư hơn nhưng không phải vì thế mà gã không tiếp tục tàn sát

cuộc sống dường như luôn được làm mới theo cách khắc nghiệt nhất.

11. BÍ KÍP BỊ ĐÁNH MẤT

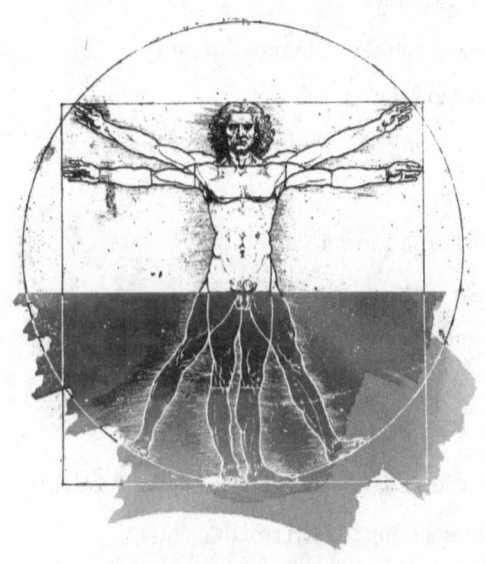

Ngày xửa ngày xưa
con người biết bay như chim và các thiên thần
con người cũng bơi lặn được như cá dưới biển
ngày ấy thiên đàng và hỏa ngục chưa bị phân chia
con người có thể bay lên trời hay bơi dưới đáy đại dương

nhưng một ngày kia
con người nhận ra giữa mình và thiên thần khác nhau đôi cánh
dù cũng biết bay nhưng con người tò mò và tham lam muốn có đôi cánh
xinh đẹp của thiên thần
con người tìm cách đánh cắp nó
chọn ngày thượng đế đi vắng
và chờ lúc thiên thần ngủ
con người đã dùng dao cắt trộm một đôi cánh
và vội vàng đeo vào vai mình
nhưng đôi cánh không phải để dùng cho con người
vì thế
khi đôi cánh vừa dính vào vai
ngay lập tức
con người rớt xuống mặt đất
đôi cánh văng ra dập nát
từ đó
thiên thần mất cánh không bay xuống trần gian được nữa
và con người cũng không bay lên trời được nữa

tức tối vì thất bại của mình
con người đi xuống biển cho khuây khỏa
nhưng sự tò mò và lòng tham của con người không bao giờ cạn
ngày ấy giữa biển còn có một trụ nước to đặc màu xanh đậm để giữ cho
bể yên sóng lặng
con người nhìn trụ nước lung linh huyền ảo muốn đánh cắp nó mang lên
mặt đất chống bão

tưởng trụ nước phải vững chãi lắm
nào ngờ
ngay khi vung tay để bứng nó khỏi đáy biển
trụ nước vỡ tan
tạo ra sóng gió gầm gừ
gào thét phẫn nộ suốt ngày đêm
màu xanh hòa vào đại dương mênh mông
con người may mắn thoát chết dạt vào bờ bãi
từ đó
con người không thể lặn xuống nước như cá được nữa
và giông bão thường xuyên xảy ra
tàn phá và gây ai oán cho con người như một sự trả thù
mãi mãi.

12. MẶT ĐẤT CÓ BAO NHIÊU HOA

Ngày xưa ở xứ mêman
đức vua chỉ có một cô con gái duy nhất
mặc dù ông đã lấy rất nhiều vợ và vô vàn cung tần mỹ nữ
công chúa xinh đẹp đã đến tuổi lấy chồng nhưng ông vua vẫn chưa chọn được phò mã
cho dù quần thần và các nhà đại phú đã tìm mọi cách để tiến cử những chàng trai giỏi giang của mình
thất vọng với các công tử
nhà vua rao truyền trong cả nước
bất cứ thanh niên nào
không phân biệt thành phần xuất thân đều có thể tham gia cuộc thi tuyển chọn phò mã
điều kiện cũng được nhà vua công khai
phải trả lời được các câu hỏi sát hạch của chính đức vua
nếu trả lời đúng
nhà vua sẽ gả công chúa và truyền ngôi cho
nếu trả lời sai hoặc không trả lời được sẽ bị chém đầu
tuy ngặt nghèo như thế
nhưng cũng có hàng ngàn chàng trai ưu tú xin ứng tuyển
chọn ngày lập xuân

trời đất thái hòa
nhà vua mở hội kén phò mã
người thứ nhất được gọi lên
nhà vua hỏi
tại sao ngươi muốn làm phò mã
anh ta trả lời
thưa hoàng thượng
hạ thần muốn được nối ngôi để làm vẻ vang tổ quốc
nhà vua phán
ngươi có chí lớn đáng khen nhưng chưa đủ tiêu chuẩn làm chồng
ngài hỏi tiếp
mặt đất có bao nhiêu hoa
thí sinh thứ nhất ấp úng không trả lời được
nhà vua truyền nhốt anh ta lại

đến lượt ứng viên thứ hai
nhà vua cũng hỏi
tại sao ngươi muốn làm phò mã
anh này có dáng vẻ hiền lành trả lời
thưa hoàng thượng
đơn giản chỉ là hạ thần muốn lấy công chúa
nhà vua phán
ngươi rất dễ thương nhưng không nối chí ta được
nhà vua vẫn hỏi tiếp
mặt đất có bao nhiêu hoa

cũng như người thứ nhất
anh này không trả lời được
và anh ta bị nhốt vào một chỗ

ứng viên thứ ba bước lên
nhà vua vẫn hỏi như mấy người kia
tại sao ngươi muốn làm phò mã
người này trả lời
bẩm hoàng thượng
hạ thần yêu đất nước này cũng như yêu công chúa
nhà vua khen
ngươi quả thật là người khôn ngoan
rồi nhà vua hỏi tiếp câu hỏi cũ
mặt đất có bao nhiêu hoa
anh này bình tĩnh đáp
thưa hoàng thượng
người ta không thể đếm được cái đang mất đi cũng như cái đang hình thành
nhà vua lại khen
ngươi giỏi
tuy nhiên nhà vua vẫn hỏi tiếp
ngươi sẽ làm gì đầu tiên khi làm vua
thưa hoàng thượng
hạ thần sẽ bỏ tù tất cả bọn nịnh thần gian dối tham lam
nhà vua cười hỏi

bọn nịnh thần gian dối tham lam từ đâu ra
tất cả các quan đang dự khán cuộc tuyển chọn phò mã đều đổ mồ hôi hột sợ hãi
để tránh phạm tội khi quân
ứng viên này vẫn tỏ ra bản lĩnh thưa
bẩm hoàng thượng
đấy là bản chất con người
nhà vua bấy giờ mới nghiêm mặt phán
ngươi trả lời như thế cũng như không trả lời
rồi anh ta cũng bị nhốt vào một chỗ

cho đến người một ngàn lẻ một
không một ứng viên nào làm hài lòng đức vua
thay vì giết họ như đã giao ước
nhưng tiếc tài năng và đức độ của họ
nhà vua bắt họ lên rừng
giao cho mỗi người một miếng đất
rồi phán
ta cho các ngươi một ân huệ cuối
mỗi người sẽ được khẩn hoang mười mẫu đất
tùy nghi các ngươi sử dụng
trước hết để nuôi sống chính các ngươi
sau là xem thực chất các ngươi như thế nào
ba năm sau ta sẽ trở lại
thấm thoát thời gian trôi đi

ba năm đã hết
nhà vua quay lại
cánh rừng ngày xưa đã khác
chỗ là trang trại chăn nuôi
chỗ trồng cây trái
cũng không thiếu chỗ vẫn là rừng vì nhiều người bỏ cuộc
đứng trước vườn hoa ngàn sắc kết hợp với chăn nuôi và có cả một lớp học cho bọn trẻ quanh vùng
nhà vua rất ngưỡng mộ
ngài cho triệu người chủ của trang trại này tới
đó chính là ứng viên thứ ba mà ngài đã từng yêu mến
ngài hỏi
điều gì đã giúp ngươi làm được điều này
anh ta vẫn tỏ ra bản lĩnh như xưa
thưa hoàng thượng
hạ thần yêu đất
yêu thiên nhiên cũng như yêu con người
đức vua rất hài lòng
ngài cho đón anh ta về kinh
gả công chúa và truyền ngôi cho anh ta như đã hứa.

13. CÂY ĐÀN BIẾT ĐI

Ngày xưa xưa lắm
ở xứ tuyết lạnh lẽo và hoang vu kia
có một cây vân sam được dân gian truyền tụng rằng nó đã mọc lên từ ngôi mộ của một cô gái
cũng có truyền thuyết rằng đấy là một cô gái trinh bạch không được xinh

đẹp cho lắm

thậm chí cô còn bị câm

người ta quả quyết rằng vì trinh bạch và bị câm nên cả cuộc đời cô chỉ là một chuỗi khao khát

chính vì thế khi chết đi

cô đã mọc thành cây vân sam

cây vân sam cao lớn và dường như trường cửu với thời gian

hàng trăm kiếp người đã đi qua và nhìn thấy nó

đơn độc nhưng vững vàng

và nó cũng chứng kiến dâu bể của con người từ thế hệ này qua thế hệ kia

nó nghe thấy tất cả

nhìn thấy tất cả

chỉ có điều nó không nói gì

một ngày kia

có một nghệ nhân làm đàn đi qua xứ tuyết

và dừng chân bên cây vân sam trường cửu để nghỉ ngơi

dưới bóng êm đềm của nó

bất chợt anh nghe thấy từ trong lõi cây

từ trong rễ sâu của cây vân sam dường như có một nỗi niềm khôn nguôi

và anh không cưỡng được vòng tay ôm lấy cây vân sam đơn độc

thật nhiệm màu

anh cảm nhận được cây vân sam cũng đang ngả vào lòng mình với tất cả sự thiết tha kỳ lạ mà một người từng trải đã sống phóng túng đã yêu vô vàn gái đẹp như anh ta chưa từng biết tới

không thể diễn tả được cảm xúc của anh lúc ấy

tất cả với anh như mới bắt đầu

như thế đấy là cuộc tái sinh
lòng anh hân hoan và tinh khiết như chưa bao giờ
với bản chất nghề nghiệp
anh nghĩ ngay
với cây gỗ này mình sẽ làm ra một cây đàn chưa từng có
anh thuê người đốn hạ cây vân sam ấy
một phần gỗ anh làm chòi ngay dưới gốc cây cũ
phần gỗ tốt nhất
anh gọi là trái tim của cô gái
chế tác một cây đàn cho riêng mình
điều không thể nào quên được là trong lúc cưa cắt đục đẽo để tạo nên cây đàn mơ ước ấy
anh luôn cảm nhận được một nỗi đau
một tiếc thương khôn cùng cho sự sống
cũng như anh cảm nhận được cái mãnh liệt u hoài của sự chết
đã nhiều lần chảy máu tay
anh cũng đã sung sướng rơi nước mắt mỗi khi khám phá ra một đường nét mới của cây đàn đang thành hình
trên mảnh đất vốn là mộ chôn một cô gái xấu số
anh đã làm nên một cây đàn không tưởng
những đường cong mượt mà õng ẹo
vừa thanh thoát vừa tội lỗi
nhưng âm thanh của nó thì những ai đã may mắn từng nghe đều không thốt nên lời
sự kỳ diệu của nó vượt qua mọi ngôn ngữ
nó là nỗi ẩn ức trầm sâu

là khao khát cháy bỏng

mọi nỗi niềm hạnh phúc và đau khổ của con người đều được nó bày tỏ say đắm và cùng tận

anh chàng nghệ nhân mang cây đàn đi khắp thế gian

ở đâu có dấu chân của chàng ở đó có mầm sống mới mọc lên tươi tốt

người ta gọi đó là cây đàn biết đi.

14. MA VÀ NGƯỜI

Hồi ấy
khi con người chết đi
linh hồn họ vẫn tồn tại dưới hình dạng một cái bóng
cái bóng của người đã chết và người đương sống vẫn nhìn thấy nhau
tuy cái bóng không thể làm được gì ngoài việc đi lại
cái bóng không thể thay đổi số phận mình

nhưng nó hoàn toàn có thể cảm nhận và chia sẻ với người sống mọi nỗi vui buồn

cho đến một ngày kia

có một người đàn ông được sinh ra bởi một trinh nữ

anh ta bảo rằng cuộc sống đích thực của con người không phải ở trần gian

điều ấy cũng không làm thế giới thay đổi

chỉ đến khi anh ta bị những người không tin vào đời sau giết chết bằng một cuộc đấu tố

những con ma vẫn lang thang ở trần gian đột nhiên biến mất

những gì con người biết về ma trở thành hoang đường

tuy nhiên để tái xác nhận về thế giới bên kia là một hiện thực

thỉnh thoảng và ở đâu đó vẫn còn những con ma đùa giỡn với con người để làm chứng về một thực tại khác

ở xứ mêman

những con ma có màu đen giống như cái bóng

đôi khi chúng nhập vào một ai đó và nói năng lầm nhảm

bởi đã là ma thì không còn lý trí

số người bị ma nhập càng ngày càng nhiều

người đàn ông đã từng nói về đời sau bảo

con người có thể là ma ngay khi vẫn đang sống.

15. CON MA BIẾT BUỒN

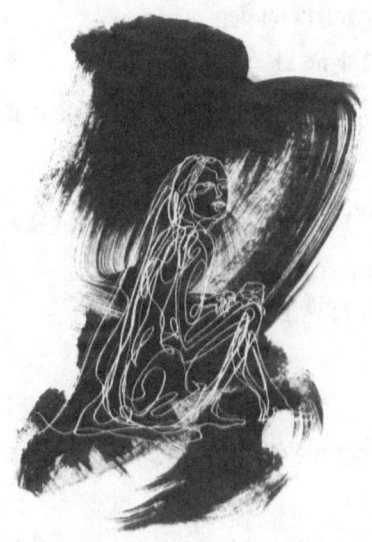

Ở xứ mêman

có con ma biết buồn

trong khi tất cả những con ma khác đều nghịch ngợm phá phách hù dọa con người như một trò vui

đó là một con ma nữ

không ai biết tuổi tác của nó bởi vì lúc nào nó cũng đen thui như bóng

tối và không có đường nét rõ ràng
không khóc trong đêm vắng
hay thở dài não nề giữa ngàn trùng im lặng
nhưng chính sự im lặng của nó là một nỗi buồn vĩnh hằng
ai cũng có thể nhìn thấy nó bất kể ngày hay đêm
nhưng mỗi người lại mô tả nó một cách khác
có người bảo con ma nữ đó rất đẹp
cũng có người cho rằng nó không thể hình dung
nhưng điều đáng sợ là nó có thể nhập vào bạn bất cứ lúc nào
khi ấy
bạn cũng sẽ giống như một con ma
không hẳn là xấu
nhưng nó làm cho bạn giống như một xác chết
biết đi
biết ăn
bạn đã bao giờ nói chuyện với ma chưa?

16. CÓ MỘT CON MA CHẾT VÌ TÌNH

Ngày xưa ở xứ mêman
chiến tranh triền miên
các thanh niên vừa lớn chưa kịp biết yêu đã phải cầm súng
giết người và bị người giết
không phải vì chính họ

mà bởi cái con người ràng buộc nhau như một nghĩa vụ

không ai nhận ra điều vô lý ấy

ngoại trừ một cô gái

cô không phải cầm súng nhưng cô yêu một chàng thanh niên vừa phải lên đường cầm súng giết người

đó là một cô gái thùy mị nhưng quyết liệt

đó là một chàng trai dũng cảm và nhiệt thành

tuy yêu nhau nhưng họ chưa có cơ hội tỏ tình

tục lệ quy định đã ngỏ lời thì phải cưới

mà cả hai đều biết chàng sẽ phải cầm súng và bị giết là điều khó tránh khỏi

nhưng tình yêu vốn nhiệm màu

không một thần linh hay ma quỉ nào có thể cản trở họ đến với nhau

vì thế

trước ngày lên đường

họ đã trao thân cho nhau

như bao chàng trai cô gái khác đã làm

họ cũng đã gởi cả linh hồn cho nhau

thế rồi chàng ra đi

và chàng không bao giờ trở về

cô gái quyết đi tìm người yêu của mình

cô xuống dưới âm phủ bằng một liều thuốc độc

dưới âm phủ cũng không khác gì dương gian

quỷ vương phân vùng cho từng cái chết

kẻ chết vì chiến tranh không được ở chung với khu người chết vì tình cũng như người chết vì bệnh không được ở chung với khu người tự sát

quỷ vương cũng phân biệt đối xử giữa người chết dũng cảm và người chết hèn hạ

vì thế

cảnh giới của thế giới bên kia cũng đa tầng đa sắc

cô nài xin quỷ vương cho được ở bên người yêu

nhưng quỷ vương vốn là kẻ mang lòng thù hận và ganh ghét

hắn muốn cho nàng và chàng phải cùng đau khổ

vì thế

quỷ vương cho hai người được nhìn thấy nhau nhưng không bao giờ với tới nhau

quỷ vương độc ác nghĩ họ phải vô cùng đau khổ vì sự khát thèm vô vọng

nhưng quỷ vương vốn là kẻ không có tình yêu nên không biết rằng tình yêu tự nó có thể no đầy hạnh phúc

nhờ thế cô và chàng hoàn toàn mãn nguyện khi đã luôn nhìn thấy nhau

không những thế

họ còn lãng mạn hát cho nhau nghe

cái chết không chia lìa họ

trên dương thế

những đôi tình nhân khi ôm nhau

họ sẽ nghe được tiếng hát của nàng và chàng dưới âm phủ.

17. KHI THẦN LINH YÊU NHAU

Trên các vì sao cho dẫu xa xăm đến đâu thì cũng đều có một thần linh ngự trị

và bởi là thần linh nên khoảng cách từ ngôi sao này đến ngôi sao kia cho dẫu là nghìn trùng cũng không hề trở ngại cho việc giao tiếp giữa họ với nhau

ngay cả khi không rời xa lãnh địa của mình

họ vẫn có thể nói chuyện với nhau

và dẫu là thần linh
họ cũng yêu ghét giận hờn như con người
đặc biệt ở những ngôi sao có ngày và đêm
ánh sáng và bóng tối
họ vừa là dương thần vừa là âm thần
cũng vì thế
tình cảm của họ phức tạp hơn những vị thần là thuần dương hay thuần âm
không những ở tính cách mà trong cách phát âm của họ cũng khác
giọng nói của các vị thần thuần dương ồm oàm như sấm
giọng nói của các vị thần thuần âm lại lảnh lót như chim hót
riêng các vị thần vừa âm vừa dương
tiếng nói của họ trầm bổng khác thường
đó là giọng của giông bão

hằng đêm
tôi ngước nhìn trời cao và thấy các vị thần sao yêu nhau
quả thật
đấy là điều bí ẩn nhất của vũ trụ mà tôi không thể nào lý giải
mặc dù tôi biết chắc chắn
những ngôi sao yêu nhau vô cùng say đắm cho dù khoảng cách giữa các vị sao thì con người không bao giờ vượt qua được
có một đêm tôi nghe thấy một vị thần sao vừa âm vừa dương nói với vị thần sao thuần âm rằng
khi yêu em
cũng là lúc anh nhìn thấy cái phần bị che khuất của mình bởi bóng tối

không chỉ là cõi miền anh ngưỡng vọng
mà em còn là một phần của chính anh hiện hữu
phần tôi
khi nhìn một ngôi sao băng
tôi nhận ra cái hằng hữu và nguyên ủy của mọi sự.

18. ÂM PHỦ Ở TRẦN GIAN

Một hôm bọn quỷ sứ dẫn tới trước mặt diêm vương một kẻ mới qua đời
đó là một kẻ khác thường
hình dạng không ra người cũng không ra thú
chỉ có đôi mắt cho biết hắn cũng có linh hồn
vì thế hắn thuộc về diêm vương
thần chết nhìn qua sổ khai tử rà soát từ khai thiên lập địa cho đến tương

lai miên viễn về sau đều không thấy chỗ nào miêu tả hay tên tuổi kẻ mới đến này
diêm vương hỏi ngươi là ai
kẻ vừa chết thưa
tôi là diêm vương
diêm vương của âm phủ giận dữ quát
láo
chỉ có ta là diêm vương trong khắp cõi âm phủ
ta cai quản mọi thứ thuộc về bóng tối và sự chết
kẻ vừa đến thản nhiên nói
tôi cũng cai quản mọi thứ thuộc về bóng tối và những cái đã chết
nghe nói
diêm vương càng tức giận nhưng không giấu vẻ tò mò hỏi tiếp
ngươi là gì
người được hỏi ngạo mạn trả lời
tôi không là gì nhưng có thể là tất cả
diêm vương hỏi
ngươi thách đố ta chăng
kẻ bị cho là thách đố nói
dạ không
trần gian vẫn cho tôi là kẻ nói một đàng làm một nẻo
cho nên tôi không là gì nhưng có thể là tất cả
diêm vương quát
khẩu nghiệp
ngươi là tên lừa đảo

rồi diêm vương truyền lệnh cho tả hữu
cho hắn trở lại trần gian làm thần dân của bọn mạo danh giả tướng
khi hoàn hồn sống lại
kẻ lạ thường kia
người không ra người
thú không ra thú
bỗng thấy mình không còn đôi mắt
thế là mất linh hồn
sự mù lòa khiến hắn bị lừa đảo từ lần này đến lần khác
cho dù hắn biết bị lừa nhưng cũng không tránh khỏi
ngay cả cái chết cũng lừa hắn
từ kiếp này đến kiếp khác.

19. ÔNG GIÀ TÓC ĐỎ VÀ BẢY CÔ GÁI

Trước khi gặp bảy cô gái
ông già vốn có mái tóc đen tuyền
sống cô độc trong một hang động rộng rãi nằm giữa khu rừng tạp
hằng ngày ông lang thang kiếm măng
nấm và những thứ hoa trái
rau cỏ có thể ăn được vốn rất phong phú trong khu rừng này
ông cũng xuống suối bắt cá và các loài thủy sản khác cho bữa ăn hàng ngày
cuộc sống của ông đơn sơ như cây cỏ và các loài muông thú
cho đến một đêm kia
giữa giấc ngủ không mộng mị của ông
một cô gái bước ra từ cây nấm
da cô mịn màng và sáng trắng rạng rỡ một khoảng tối tăm trong hang
ông mở mắt và nhìn thấy cô
không ngạc nhiên hay tỏ vẻ gì sợ hãi
như thể tất nhiên đấy là một cô gái của ông
ông nói hãy nằm xuống với ta
và cô gái nằm xuống bên ông
ông già tiếp tục nhắm mắt ngủ

trong lúc cô gái ôm lấy ông
cho tới khi bình minh lên
ánh sáng rọi vào hang
cô gái đã tan thấm vào ông
ông già mở mắt và thức dậy trong một trạng thái mới mẻ mà ông chưa từng biết
đó là một niềm vui mới và đầy háo hức
ông thấy trời đất nồng nàn như vừa đổi khác
cây lá hoa cỏ tươi tốt hơn
không khí trong lành hơn
từ đó mái tóc ông bắt đầu chớm đổ một bên thái dương
và ông không bao giờ quên đã có một cô gái đến với mình
bởi mỗi đêm cô gái nằm ấy lại hiện ra
lặng lặng nằm xuống ôm lấy ông và tan thấm vào ông
an nhiên hạnh phúc

một hôm ông lão đi hái măng
thấy một cô gái đang mắc kẹt giữa đám mây tre chằng chịt
không thể nào thoát ra được
ông đến bên bảo để tôi giúp cô
vừa tìm cách bẻ cong mấy cây tre ông vừa trấn an cô
cứ yên tâm
sẽ không bị trầy xước gì đâu
ông kéo được cô ra ngoài một cách dễ dàng
cô gái nói tôi phải tạ ơn ông sao đây

ông dịu dàng bảo cô hãy mau chóng trở về với gia đình và đem theo số măng này tôi mới hái được

cô nói không cần như thế đâu

bởi tôi là măng

từ măng mà ra

ông là người cứu sống tôi thì hãy mang tôi về nhà

ông lão vui vẻ mang cô về hang

từ đó

mỗi sớm mai một bụi trúc mọc lên trước cửa hang

đến đêm bụi trúc biến thân thành một cô gái ôm lấy ông và tan thấm vào ông

giống như cô gái nấm

ông cảm thấy mình hàm ơn với cuộc sống

và tóc ông đổ thêm một bên thái dương

vui vẻ và hàm ơn

ông già vẫn hằng ngày lang thang trong rừng với sự vô ngại chan hòa của tiếng chim

nhưng bỗng một hôm

ông nhìn thấy con chim bắt cô trói cột nằm chết giữa lùm cỏ

ông chợt nhớ lại đã vài ngày qua không nghe thấy tiếng nó buồn bã trên ngọn cây vên vên

ngậm ngùi thương tiếc

ông cầm xác con chim trên tay

tiếng kêu bắt cô trói cột của nó đã là một phần của đời ông trong góc rừng yên ả này

ông quyết định mang nó về chôn bên cạnh bụi trúc
đêm ấy
ông thấy một cô gái hiện ra và nằm xuống bên ông
cô cất tiếng hát
đó không phải là tiếng bắt cô trói cột nữa mà là tiếng của rừng thẳm thâm u
ông cũng nhận ra đó là tiếng lòng ông từ vực sâu vọng qua cây lá
cô vừa hát vừa ôm lấy ông và tan thấm dần vào ông
từ đó vùng phía sau gáy ông tóc nhuốm đỏ
cũng từ đó
nỗi buồn đôi khi chen vào ông

một hôm nắng nghiêng trên vạt đồi
ông thấy bóng mình đổ xuống một bụi hoa hồng đang héo
ngồi xuống
ông nâng niu đóa hoa tàn
bỗng đâu từ trong đóa hoa tàn
một cô gái khoan thai đứng lên và lớn dần
ông hỏi tại sao lại đến nỗi này
cô gái nói vì mỗi ngày sẽ có những bông hoa đẹp hơn tươi hơn
ông ôn tồn dỗ dành
thời gian là một vẻ đẹp vĩnh cửu
hãy về với tôi
thế rồi ông già đưa cô gái về hang của mình
ông đặt đóa hoa tàn trong chiếc gáo dừa

cứ đến đêm cô lại hiện ra viên mãn tỏa hương ngào ngạt

hương thơm ấy tan thấm vào ông

từ ấy ông biết đến sự đố kỵ và lòng khoan dung cũng chỉ là những vẻ đẹp khác nhau của cuộc sống

và tóc ông nhuốm đỏ một bên góc trái phía sau

sự cô độc tự nó không buồn không vui

vì thế mỗi ngày với ông

việc tìm kiếm lương thực chỉ có nghĩa là một cuộc ngao du

ngày lại ngày

rừng quen thuộc đến nỗi ông không bao giờ bị lạc

một con cá mắc cạn bên bờ nước đang vùng vẫy tuyệt vọng

ông già bắt thả nó xuống chỗ nước sâu

nhưng con cá nói em đã thuộc về ông

ông đem cá về và thả trong vại nước mưa trước cửa hang

cứ đến tối con cá lại biến hình thành một cô gái nằm ôm lấy ông và ru ông bằng tiếng vỗ của nước vào ghềnh đá

cũng như những cô gái kia

tiếng của cô gái cá tan thấm vào ông như lòng trắc ẩn

và ông nhận ra một nỗi hoài cảm xót thương muôn loài tràn ngập trong mình

tóc ông nhuốm đỏ một bên phải

phía sau

một hôm ông đi thật xa như có điều gì thôi thúc

ông cứ đi mãi

đến trước một một trảng cỏ mênh mông trống trơn chỉ có một cây cao lừng lững mà ông chưa từng biết đến

không thể không leo lên

và ông đã leo lên đến ngọn

nhìn ra bốn phía ở đâu cũng chỉ là rừng

bất chợt một đám mây bay ngang

phủ kín ông

trong một thoáng hoang mang

ông đã buông tay

rồi ông rơi xuống

rơi xuống

rơi xuống

dường như không có điểm dừng

khi tỉnh ra

ông thấy mình nằm trong lòng một cô gái

thấy ông mở mắt

cô gái nói tạ ơn trời đất

ông đã tỉnh

ông hỏi đây là đâu

tôi còn sống chăng

cô gái nói ông vẫn sống và đây là cõi bồng lai

ông hỏi lại bồng lai là gì

cô gái nói đó là chỗ ở ngoài mọi giới hạn

ông gật đầu tỏ vẻ đã hiểu

một thế giới khác

ông hỏi lại
nhưng cô gái nói không có thế giới khác
chỉ có một thế giới
ông già hỏi vậy thì sao tôi có thể vượt ra ngoài mọi giới hạn
cô gái nói đó là sự thông tuệ của tự do
ông già gật đầu và ôm lấy cô
ông thấy mình tự do
không có một khoảng cách nào giữa cô và ông
cả đỉnh đầu ông tóc nhuốm đỏ
ông cứ nằm như thế và ôm lấy cô không rời
càng lúc càng chặt hơn
và cô tan thấm vào ông như nước thấm xuống đất

giữa lúc ông già còn hoang mang về sự hiện hữu của mình
từ trời
ngọn lửa thần bí ném xuống mặt đất một tiếng sét
khu rừng bốc cháy
càng ngày càng lan rộng
khi cả rừng lửa đã vây bọc ông
một cô gái từ trong lửa hiện ra
cô bế xốc ông lên đưa về hang
ông già đã lại bất tỉnh vì khói
cô gái từ lửa vẫn ôm lấy ông và thì thầm
em là cái đẹp hủy diệt
luôn luôn hủy diệt

em sẽ ở lại với ông mãi mãi

hàng ngàn năm sau

người ta tìm thấy trong một hang sâu giữa rừng thẳm có tám bộ xương trên vách hang có bích họa một lão già và bảy cô gái đang ôm lấy nhau có rất nhiều huyền thoại xung quanh bức bích họa này và đây là một trong những huyền thoại ấy được kể lại.

20. CÔ GÁI Ở XỨ DỪA

Ngày xửa ngày xưa
ở xứ mêman chỉ một loại cây độc nhất sống được
đó là cây dừa và ở chỗ nào có đất là có dừa
dừa nhiều đến nỗi người ta dùng nước dừa để tắm
vì thế tất cả các cô gái ở xứ ấy đều có một làn da óng mượt và trong veo

nhưng cũng ở xứ ấy có rất nhiều ếch
người ta ăn thịt ếch mỗi ngày
vì thế đàn ông xứ ấy ai cũng khỏe
trong một gia đình kia
chỉ có một cô con gái duy nhất
cô rất xinh đẹp và tất nhiên cũng có rất nhiều chàng trai yêu cô
nhưng cô không dám nhận lời lấy ai
mặc dù cô đã vượt qua tuổi trăng rằm
cô chứng kiến mỗi ngày cảnh ông bố đánh đập vợ con sau cơn say xỉn
nếu không say xỉn thì các ông chồng cũng luôn mồm chửi vợ mắng con
gia đình không phải tổ ấm
cô sợ đàn ông
tất cả tình yêu thương của cô dành cho một con ếch
cô ở đâu đi đâu con ếch đều bám theo cô
mỗi khi thấy cô buồn
nó chổng ngược nhảy múa làm trò cho cô vui
bù lại
cô luôn tưởng thưởng nó bằng cách vuốt ve làn da sần sùi trên lưng nó
nhưng bố cô rất ghét con ếch
nhiều lần ông tìm cách bắt nó ăn thịt
nhưng lần nào ông cũng thất bại
bởi nó thông minh và nhảy rất nhanh
một ngày kia cô gái bị bệnh rất nặng
không thuốc gì chữa khỏi
có một bà cụ mách nước

hãy lột da con ếch nào già nhất rửa sạch bằng nước dừa rồi đắp lên người thì bệnh sẽ khỏi

cô gái biết con ếch vẫn bám theo mình là con ếch già nhất

nhưng cô không nỡ để nó phải chết vì mình

về phần con ếch

nó cũng không muốn nhìn thấy cô chết vì thiếu làn da già nua xấu xí của nó

vì thế con ếch đã tự nguyện đứng yên để cho ông bố bắt nó

cô gái khóc lóc và xin bố đừng giết con ếch

nhưng ông bố không nghe

da ếch để chữa bệnh cho con gái và thịt ếch làm mồi nhậu cho ông

vì thế con ếch phải chết

vừa khi lột da con ếch xong

một chàng trai tuấn tú hiện ra như mộng tưởng

trong lúc mọi người còn bàng hoàng sửng sốt thì chàng đã nhanh nhẹn lấy bộ da ếch của mình nhúng vào nước dừa rồi đắp lên người cô gái

ngay lập tức cô khỏe lại và đứng lên như chưa hề ốm đau

cô nhìn chàng say đắm và biết rằng đấy là người đàn ông của cô

chàng cũng âu yếm ôm lấy cô và họ cùng biết rằng tình yêu là có thật

từ ấy ông bố không đánh đập vợ con nữa

ông ăn chay trường và tịnh độ suốt thời gian còn lại của cuộc đời.

21. CỬA HÀNG BÁN TIM

Không phải là ngày xửa ngày xưa

mà ở một tương lai cũng không xa lắm

con người chế tạo được những con-vật-người để phục vụ mình như một thứ nô lệ

và cũng đến một ngày

con-vật-người tích lũy đủ dữ liệu để hình thành một nhận thức về bản thân

tương quan giữa cuộc sống của con người và những con-vật-người phát sinh những hệ lụy ngoài mong muốn của cả hai phía

sự hiểu biết về thế giới chung quanh gần như giống nhau

tuy nhiên những con-vật-người lại dường như tường minh về bản thân hơn con người vì được lập trình một cách rõ ràng

cũng chính vì thế

những con-vật-người lại thắc mắc về con người hơn bất cứ điều gì khác

con người rắc rối và bất nhất

những con-vật-người nhận ra sự khác biệt ấy bởi con người sở hữu một trái tim sống động và rung cảm bất thường

vì thế

những con-vật-người thông minh nhất đã tìm cách sản xuất và mua bán trái tim của tất cả mọi loài sinh vật

nhằm đáp ứng cho mọi sắc thái tình cảm

trái tim của tất cả các loài vật đều được kinh doanh

từ chó mèo bò ngựa chim muông hổ báo đến con người

và trang bị cho mình một trái tim đã trở thành trào lưu thời thượng cho những con-vật-người

thế là một lần nữa

tương quan giữa con người và những con-vật-người bị xáo trộn

kể cả giữa những con-vật-người với nhau cũng phát sinh vô vàn phức tạp

yêu thương và hận thù nảy nở không giới hạn chủng loại

sự an bình phi lãnh thổ phi văn hóa không còn nữa

bất chấp mọi thứ lộn xộn

các cửa hàng bán tim vẫn mọc lên như nấm và không ngừng phát triển

từ tim thật có lý lịch của một con người cho đến các loại tim được chế tạo mới đều được bày bán

bởi việc thay đổi tim đã trở nên quá dễ dàng

cuộc sống vì thế càng trở nên phức tạp và thú vị

không ai còn có thể phân biệt được tim nguyên bản hay chế tác

có những thứ tình cảm mới được hình thành

chuột có thể yêu mèo

thú và người yêu nhau

con người và những con-vật-người đã tạo ra những thế hệ nối tiếp không còn thuần chủng nữa

những sinh vật mới này

kỳ lạ thay

lại dễ hòa hợp với loài khác và môi trường thiên nhiên hơn vì tính tạp chủng của nó

khi ấy

từ một tảng băng tan vùng bắc cực

một người đàn ông bị chôn vùi hàng ngàn năm trước trong một vụ đắm tàu tỉnh dậy

ngay lập tức hệ thống kiểm soát mặt đất phát hiện ra sự có mặt bất thường này

ông ta được đem về thành phố để nghiên cứu và nuôi dưỡng

sau khi mọi dữ liệu được thu thập

người phụ trách hỏi ông

ngài có cần một trái tim khác không

người đàn ông với ký ức của thời đại mình ngạc nhiên hỏi lại tại sao tôi lại phải cần thay trái tim

người phụ trách nói chỉ để ngài dễ dàng lựa chọn một cuộc sống hay một người yêu thích nghi hơn với thời đại

người đàn ông nói

xin cám ơn

tôi chỉ muốn tìm lại cô gái đã cùng tôi đi trên chuyến tàu cuối cùng ấy

người phụ trách cho biết

thành thật chia buồn với ngài

người phụ nữ ấy không còn dấu vết nào

chúng tôi có thể giới thiệu với ngài một phụ nữ khác

thậm chí hoàn hảo hơn

người đàn ông buồn bã thất vọng nói

vậy tôi còn sống để làm chi

người phụ trách bảo có lẽ ngài chưa biết đó thôi

cuộc đời bây giờ vui lắm

ngài cứ thử xem

người ta thả ông ra ngoài sau khi đã cho ông các hướng dẫn và địa chỉ cần thiết như nhà di trú

chỗ ăn uống

quả là một thử thách và cũng đầy hấp dẫn

tất cả mọi thứ đều khác ngoài nhân dáng con người

ngay ngày đầu tiên ở ngoài đường ông đã gặp may mắn

một phụ nữ giống hệt người yêu của ông xưa đứng trước mặt ông nói

dường như ông cần tôi

ông vội vàng thưa

vâng đúng vậy

tôi nghĩ cô đã là người yêu của tôi trong quá khứ

cô gái cười hỏi ông tin vào tiền kiếp luân hồi à

ông cũng cười

vâng

tôi hy vọng cô đã từng là người ấy

cô gái bảo

không cần thiết phải như thế

tôi có thể đến với ông vì tôi vẫn còn một trái tim nguyên thủy

người đàn ông nghĩ khác

ông ta tin rằng đấy là một định mệnh ràng buộc ông với cô gái bất chấp thời gian và hoàn cảnh như thế nào

ông nói

tôi là người đến từ quá khứ

tôi không biết có thể thích hợp với cô bây giờ không

nhưng tôi tin theo cách của thời đại mình rằng tiếng nói của trái tim là định mệnh

cô gái ôm lấy ông và đưa ông về nhà

ông hạnh phúc

tuy nhiên ông lại thắc mắc rằng định mệnh xưa cũ của ông hay cái lập trình của thời đại này thì có gì khác nhau

nhưng dẫu sao ông vẫn tin rằng người yêu của ông bây giờ không phải là một sản phẩm của khoa học

bởi vì cô ấy tuy rất yêu ông như hàng ngàn năm trước nhưng vẫn hay cằn nhằn

nhõng nhẽo như một cô gái mới lớn.

22. NU NA NU NỐNG

Nu na nu nống

Người sống kẻ chết

Ai hết ai còn

Ai khôn ai dại

Ai mòn con mắt

một bà lão vừa lang thang nhặt rác bán ve chai vừa hát

không ai biết bà ở đâu
từ đâu đến mỗi ngày và đêm tối sẽ về đâu
bà hát không phải để hỏi nhân gian
cũng không phải để chiêm nghiệm
nhưng sự hiện diện của bà cũng như tiếng hát của bà đã làm một lão ông bận lòng
một hôm ông quyết định sẽ đi theo bà chỉ vì muốn thỏa một điều gì đấy ẩn mật mà không hẳn là sự tò mò
nhưng ngay sau khi quyết định như thế
ông không còn thấy bà đi qua
ông chờ
và chờ
nhưng bà không bao giờ đến nữa
từ đó ông trở thành người hát bài đồng dao ấy thay bà
những khi chiều xuống
Nu na nu nống
Người sống kẻ chết
Ai hết ai còn
Ai khôn ai dại
Ai mòn con mắt
tiếng hát của ông vang lừng cả khu phố
làm thổn thức những trái tim mềm yếu
người ta suy đoán về ông như một tình nhân hằng cửu
trong số những người đã rung động vì giọng hát của ông là một cô gái trẻ
mỗi ngày cô chờ ông dưới mái hiên và bưng cho ông một ly sữa

thay lời cám ơn

bao giờ ông cũng hát riêng cho cô nghe một lần trước khi từ giã và không nói gì thêm

cho đến một ngày kia

ông chợt nhìn thấy bóng bà lão hát rong trong đôi mắt huyền bí của cô gái

và ông nhận ra cô chính là hậu duệ của bà lão mà ông đi tìm

trái tim ông bùng vỡ

buồn thay

đó cũng là ly sữa cuối cùng ông uống từ bàn tay cô

ông gục ngã dưới chân cô

không bao giờ đứng dậy nữa.

23. CỔ TÍCH MỚI

Giống như chuyện cổ tích
kể rằng
ở xứ mêman
có một chàng trai con nhà gia giáo
giàu có nhưng không chịu lấy vợ
cũng ở xứ ấy
có một góa phụ đoan trang mặn mòi nghi trượng tuy nàng đã có hai con
họ yêu nhau từ khi nàng còn là con gái
nhưng sự cách trở vô hình nào đã khiến họ không thể đến được với nhau
thì chính họ cũng không hiểu
mỗi đêm
khi hai đứa con của nàng đã ngủ ngon
nàng chat với chàng qua điện thoại
chàng nói hồi xưa em đẹp như một tác phẩm hội họa
như một bài thơ
thậm chí như một tiểu thuyết
nàng hỏi lại thế bây giờ thì sao
chàng nói bây giờ em như một bài ca dao ru con
nàng nói còn tình yêu của anh như thế nào

chàng nói nó tồn tại vừa hiện thực vừa siêu thực
cô bảo hiện thực và siêu thực không cùng ở một chỗ
chàng nói cái phần siêu thực ấy là lòng anh ngưỡng vọng
nàng khóc
chàng an ủi
anh nghĩ chỉ cần được ôm nhau
mọi nỗi niềm sẽ được san sẻ hết
nàng im lặng vì nàng biết rằng
không cần ôm nhau
tất cả cũng đã được san sẻ
thế rồi nàng ngủ như được chàng ôm
cứ thế
họ tiếp tục nói chuyện với nhau mỗi đêm như thế đó chính là cuộc sống của họ
không còn gì khác.

24. HÓA TRANG

Khởi thủy của vũ trụ sự sống hỗn mang mông muội
muôn loài đều có thể biến đổi theo ý muốn
con chó có thể biến đổi thành con mèo
con mèo có thể biến đổi thành người đàn bà
người đàn bà có thể biến đổi thành người đàn ông
người đàn ông có thể biến đổi thành con sư tử
ở xứ mêman
có một ông lão sống lủi thủi trong khe núi
ông hoàn toàn không phải bận tâm vì miếng ăn vì ông có thể tự biến
thành thứ ông cần
khi muốn ăn táo
ông biến mình thành cây táo
khi cần ăn thịt thỏ
ông biến mình thành thỏ
vì thế ông không thiếu thốn điều gì
nhưng một ngày kia
cái sự lịch phong trần
khiến ông tình cờ gặp một cô gái đi lạc trong khe núi
không phải lần đầu nhìn thấy giống cái

nhưng ông vẫn thảng thốt bởi có điều gì đó thật lạ lùng vừa diễn ra

như rất thân thuộc

vừa như xa lạ của một thế giới khác

và không thể cưỡng được

ông muốn chiếm hữu cô theo cách của sự biến đổi mà ông vẫn thực hiện với các loại lương thực nuôi sống mình

rủi thay

ông hoàn toàn thất bại

càng muốn chiếm hữu cô

ông càng trở thành chính ông hơn

và ông được định hình như một người đàn ông đích thực

cũng từ đó

ông mất khả năng biến đổi

ông nói với cô gái em là người phụ nữ đã sinh ra anh như anh đang là

và anh sẽ là của em mãi mãi

rồi ông lão theo cô gái về nhà

và ở với cô cho đến lúc chết.

25. VƯƠNG QUỐC ĐÀN ÔNG

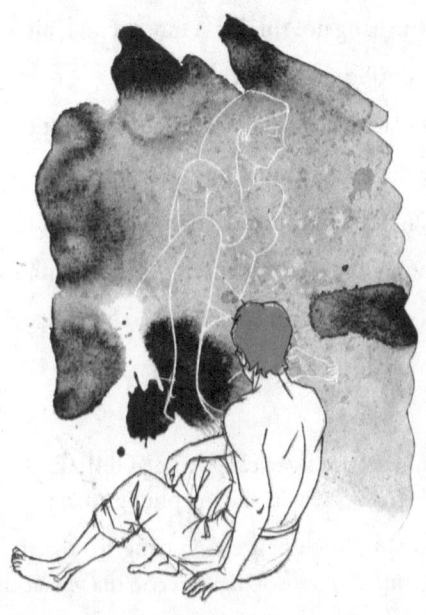

Ở xứ mêman
không hiểu vì lý do gì
toàn đàn ông
tất cả cuộc sống của họ chỉ là kiếm miếng ăn và nhậu
nhậu là cách họ sử dụng thời gian và nhậu như một lẽ sống

nhưng cũng có những kẻ không muốn làm gì mà vẫn có cái để nhậu

và cũng có những kẻ muốn được nhậu ngon lành hơn người khác

trong số những kẻ thích được người khác cung phụng

có một chàng trai khác thường

chàng ít nói

một tính cách không giống bất cứ người đàn ông nào ở xứ mêman này

nhưng mỗi khi chàng nói thì đấy là một mệnh lệnh

không ai dám cưỡng chống lại chàng

bởi không nghe lệnh chàng là một thách đố sinh tử

kẻ bất tuân sẽ bị giết như một con thỏ trong nanh vuốt của sư tử

không ngại vẫn nghiễm nhiên trở thành vua nhậu

chàng luôn luôn được mời đến những bữa ăn thịnh soạn nhất

sự có mặt của chàng bao giờ cũng làm cho bữa nhậu đầy lời tụng ca

họ ca ngợi sức mạnh vô song của chàng

và nhờ thế

những cuộc nhậu càng ngày càng trở nên linh đình hơn vì sự tranh đua của mọi người trong việc được cung phụng chàng

những cuộc nhậu khi có mặt chàng cũng trở thành linh thiêng hơn vì những ý nghĩa mà mọi người đắp bồi cho địa vị của chàng

nhưng có một điều không bất kỳ ai biết

càng lúc chàng càng cảm thấy cô đơn hơn

không có một thứ rượu nào làm chàng ngất ngư hay chìm đắm

chàng lầm lì hơn và dữ tợn hơn

uy linh của chàng cũng vì thế lẫy lừng hơn

một hôm

chàng bất ngờ hỏi có điều gì hạnh phúc hơn nhậu
mọi người đồng thanh đáp không có gì hạnh phúc hơn nhậu
thất vọng
chàng lẳng lặng bỏ đi
chàng đi
đi mãi mà không biết mình muốn gì
nhưng chàng cứ đi
cho đến khi mắt không còn nhìn thấy gì nữa
chân không còn bước đi nổi nữa
chàng nằm xuống dưới một gốc cây
lẽ ra cuộc đời chàng kết thúc ở đó giữa sự vô định
nhưng rồi chàng tỉnh dậy
thảng thốt thấy mình nằm trong lòng một người đàn bà
miệng vẫn còn ngậm bầu vú đầy sữa của nàng
chàng hỏi đây là đâu
nàng nói đây là xứ sở của tình yêu
chào mừng chàng đã đến
bất chợt
chàng cảm thấy mình nhỏ bé và cũng yếu đuối xiết bao
có một sức mạnh khác mà chàng chưa từng biết tới
và chàng sẽ phải thần phục nó.

26. SINH NHẬT MỘT NGÔI SAO

Giữa thế giới của những ngôi sao đa sắc màu và hình thù kỳ dị
là sự ganh ghét
có thể vì độ sáng phản chiếu trên bầu trời
cũng có thể không vì bất cứ lý do gì
nên chúng thường có khuynh hướng đẩy nhau ra xa
cũng vì thế chúng càng ngày càng trở nên đơn độc
nhưng sự đơn độc bản thân nó lại muốn níu giữ sự sum vầy như cách để tồn tại
vì thế giữa thế giới của những ngôi sao đa sắc màu và hình thù kỳ dị
là cuộc săn bắt nhau
không phải để được to hơn hay rực rỡ hơn
mà chỉ là để tự chiếu
trong vũ trụ bao la
có một ngôi sao nằm ở mép rìa thời gian tên là miênman
miênman dường như không biết gì khác ngoài cái khoảng tối đặc giữa lòng mình
nặng trĩu
trong vũ điệu miên viễn của vũ trụ
miênman bao giờ cũng lạc điệu
vì thế càng ngày nó càng văng ra xa khỏi mép rìa thời gian

cho đến khi miênman đã tưởng mình trở nên vô tăm tích

thì bất chợt miênman đụng vào một ngôi sao lạc đường

vụ đụng độ tạo ra một tiếng nổ lớn làm rung chuyển đến cả trung tâm vũ trụ

tất cả các vì sao bất kể lớn bé đều bần thần rung động

những mảnh vỡ của hai ngôi sao trong khoảnh khắc của thần tính đã vồ vập lấy nhau và kết hợp lại thành một ngôi sao mới

không to hơn ngôi sao miênman cũ

nhưng lung linh hơn bởi một thứ ánh sáng chưa từng có trước đó

và tự nó phát ra một thứ âm thanh ngân nga mãi trong vũ trụ mà chỉ những đôi tình nhân yêu nhau tha thiết mới có thể cảm nhận được

vẫn ở mép rìa thời gian

giờ đây nó có tên mới là miênmiên manman

như một tiếng chuông

và nó nhảy một vũ điệu riêng

cũng có thể nó đã vô tăm tích

nhưng tiếng vọng miên miên man man thì còn ngân nga mãi trong vũ trụ.

27. GIẤC MƠ

Núi không mơ cao hơn
cho dù nó vẫn vươn lên mỗi ngày và mong được tan ra
rồi bay đi như mây
một ngày kia
núi tự nổ tung
và tan ra
rồi bay đi như mây
nhưng cũng từ ngày ấy
núi không còn là núi
mây không còn là mây
những cơn mưa lê thê từ ngày này qua ngày khác
làm ngập lụt đồng bằng
có một gia đình kia bị nước ngập đến mái nhà
và họ biết rằng sẽ phải chết trước khi cơn mưa tạnh và nước rút
họ cầu nguyện với thượng đế
thượng đế tất nhiên nghe được tiếng họ khẩn cầu
nhưng thượng đế cũng không biết phải làm sao
vì núi không còn là núi
mây không còn là mây

những cơn mưa lê thê vẫn kéo dài từ ngày qua ngày khác
giữa lúc tuyệt vọng nhất
người con út trong gia đình nói với cha mẹ và anh em mình
hãy ăn thịt con để mọi người sống
thấy vậy
những người anh em cậu đều bảo hãy ăn thịt họ thay vì người khác
và ai cũng có lý do của mình để hy sinh
nhưng cha mẹ cậu cùng bảo
các con còn trẻ
các con cần phải sống
hãy ăn thịt cha mẹ vì cha mẹ già rồi
tất nhiên không ai nỡ làm điều đau đớn ấy
lúc ấy người con út lại cất tiếng
chúng ta hãy trở thành như nước thì chắc sẽ sống
không còn gì để hy vọng
cả gia đình cùng nắm tay nhau thả trôi xuống nước
họ cầu mong sẽ giạt vào một bến bờ nào đó trước khi kiệt sức
may mắn sao
chỉ trong khoảnh khắc giữa cái nhắm mắt và mở mắt
tất cả gia đình họ giạt vào một sườn núi
đấy chính là ngọn núi xưa kia đã tự mình nổ tung và biến đi
và họ hiểu rằng
thượng đế trong trái tim yêu thương của họ.

28. VƯƠNG QUỐC CỦA NHỮNG VƯƠNG QUỐC

Nơi được gọi là rừng không còn một cây nào
nơi được gọi là sông không còn một giọt nước nào
nơi được gọi là núi chỉ thấy một mặt đất phẳng phiu
nơi được gọi là nhà chỉ thấy một khoảng trống
nơi được gọi là trời thì không một đám mây
nơi được gọi là đất thì không một bóng người
khi ấy
thượng đế hiện ra
cùng lúc ấy
satan cũng hiện ra
thượng đế nói tất cả thuộc về ta và bởi ta
satan nói chỉ có sự hủy diệt là tồn tại
thượng đế nói ta hiện hữu cả nơi sự hủy diệt
satan nói ta là hủy diệt
khi ấy có một tiếng nổ lớn và âm vang của nó làm thành một vũ trụ mới
từ đó cây cỏ mọc lên thành rừng
nước dạt dào thành sông thành biển
núi tự mình đứng lên

trên trời những đám mây bay lờ lững
dưới đất nhà cửa hang động cũng mở ra
và con người ôm lấy nhau như thể họ luôn luôn lo sợ mất nhau.

29. LÀM THẾ NÀO ĐỂ ĐI HẾT TRẦN GIAN?

Đó là một cô gái bị dị tật bẩm sinh
thoạt trông sẽ thấy cô bình thường
thậm chí đẹp
nhưng cô không thể đứng một mình và đi được
hai chân cô thuôn dài nhưng mềm như cỏ
có thể đan cuộn vào nhau như hai con rắn
đó là đôi chân không xương
vì thế cô chỉ có thể ngồi một chỗ
giấc mơ lớn nhất trong cuộc đời cô là được đi khắp thế gian
cái thế gian mà cô chỉ nghe kể ôi mới tuyệt vời làm sao
nhưng cô đành bất lực vì nhà cô nghèo
đôi chân lại tật nguyền
nhưng không phải vì thế mà cô thôi mơ mộng
cô ước ao được nhảy xuống biển ngụp lặn với nước
cô khao khát được leo lên núi cao để vươn vai với mây trời
nhưng nhảy được lên khỏi mặt đất đã là một viễn tưởng
vì thế cô thường hay khóc khi nghĩ đến điều này điều nọ
một ngày kia

có một chàng thanh niên nghe nói đã từng đi khắp thế gian ghé qua ngôi
làng của cô

chàng kể chuyện giang hồ tứ xứ cho bọn trẻ con trong làng

những sa mạc hoang vu cát chạy

những hòn đảo huyền ảo như thiên đường

những con sông như rồng lượn

những núi tuyết lạnh lẽo và sáng chói

những con người cao cả với những chiến công hiển hách

một trong số những đứa trẻ được nghe chàng kể chuyện là em của cô gái
có đôi chân mềm như cỏ

nó về kể lại cho cô những gì nó được nghe

cô gái buột miệng

ước gì anh ấy đến đây và cũng kể chuyện cho chị

cậu bé nói để em mời anh ấy đến

thế rồi nó chạy đi tìm anh chàng lang bạt

nhưng chỗ tháp chuông nhà thờ anh chàng đã ngồi kể chuyện không
còn ai

nó vội vã chạy ra ngoài làng tìm nhưng cũng không thấy bóng anh đâu

nó bật khóc vì thương chị

trong lúc ấy

vì bị khích động bởi bọn trẻ khoe trong làng có một chị rất đẹp nhưng
không đi được

chàng đã tự tìm đến nơi

ngay khi nhìn thấy cô gái

chàng đã thảng thốt gọi

em

như giấc mơ tìm thấy

cô gái cũng nhận ra người đàn ông trong mơ của mình

cô say đắm và cảm động không nói nên lời

nhưng họ cùng hiểu

họ đã là tất cả trần gian của nhau.

30. THẾ GIỚI ĐƯỢC LÀM BẰNG GÌ?

Đứa bé ngước mặt lên trời hỏi
thế giới được làm bằng gì
từ trong đám mây có tiếng đáp
thế giới được tạo thành bởi hơi thở của ta
đứa bé lại hỏi

làm sao có thể nhận biết thế giới như hơi thở của ngài
tiếng đáp từ trong đám mây
hãy nhìn đám mây
đứa bé hỏi tiếp
làm sao có thể nhận biết đám mây là ngài
bấy giờ tiếng đáp nghe thật gần như thể từ chính miệng đứa bé nói ra
hãy lắng nghe hơi thở của con
đó cũng là hơi thở của ta
giống như tự kỷ
đứa bé lớn lên bằng chính sự độc thoại của mình
và khi đứa bé đã là một chàng thanh niên vạm vỡ
tiếng nói kỳ lạ từ trong đám mây vẫn điềm đạm trả lời những câu hỏi của chàng
nhưng chàng chẳng còn gì để hỏi
những thắc mắc của chàng giờ đây lại dành cho một thiếu nữ
chàng hỏi cô gái
em được làm bằng gì
cô gái ngọt ngào bảo em được làm bằng tình yêu của anh
nhưng chính chàng lại không biết tình yêu của mình được làm bằng gì
tất nhiên cô gái không thể trả lời chàng câu hỏi mà chính nàng cũng muốn biết
một hôm
cô gái hỏi chàng tại sao anh yêu em
chàng bối rối
bởi vì chàng cũng thật sự không biết đâu là câu trả lời đúng nhất

cô gái lại hỏi tại sao anh không trả lời
chàng lại càng bối rối
cô gái hối thúc sao anh không trả lời em
chàng nhìn cô thật lâu
rồi chàng lắc đầu
cô gái thất vọng nghĩ chàng không thật sự yêu nàng
và cô giận dỗi bỏ đi
chàng ngẫm nghĩ
tình yêu là minh triết hay u mê
ngay cả hai điều ấy dường như cũng chẳng có gì xác đáng
khi ấy từ trong đám mây lại có tiếng nói
ta muốn
ta muốn
ta muốn
hốt nhiên chàng nhận ra chính mình
đồng thời biết cách trả lời cô gái thế nào
chàng lao đi tìm cô
khi họ gặp nhau
nỗi nhớ nhung và sự nghẹn ngào khiến cả cô và chàng đều thấy mọi câu hỏi hay trả lời đều thừa.

31. HÁT

Tôi hát em và tôi hát đêm
tôi hát vu vơ và tôi hát mộng hờ
cho dẫu khi ốm đau hay mạnh khỏe
tôi hát tôi về những giấc mơ

tôi hát mưa và tôi hát nắng
tôi hát nồng nàn và tôi hát hết hơi
cho dẫu khi an nhàn hay vất vả
tôi hát tôi cho những cuộc đời

Mỗi khi nghe người đàn ông đi ngang nhà hát nghêu ngao
cô gái nghĩ thầm
thật tiếc
đó là người đàn ông chừng đã vượt qua buổi tri thiên mệnh
cô không thật sự biết ông say xỉn hay điên
nhưng cô tin rằng ông ta hoàn toàn thức tỉnh mỗi khi hát
bởi vì đó là lời của tình yêu của minh triết và của sự sống
và chiều nào cô cũng ngóng chờ để nghe ông hát và lén nhìn ông qua cửa sổ

cô không nghĩ mình là mỵ nương của tiếng hát trương chi

ông ta không xấu

thậm chí có phần lịch lãm và khinh bạc

nhưng tại sao ông ta lại diễn cái trò hát rong dở hơi ấy

đó là một câu hỏi không thể trả lời nếu không đi theo ông ta

bị thôi thúc bởi một điều không tưởng nhưng lại mang ý nghĩa khẩn thiết với cô

ông ta là ai

sao lại cứ hát mãi những lời mê hoặc như thế mà không chán

một ngày

cô quyết định phải đi theo ông ta

khám phá đầu tiên của cô là ông không nhận tiền bố thí của bất kỳ ai

chai nước ông mang theo dường như là rượu

và ông cũng hát say đắm hơn khi đứng trước phụ nữ

khi không có ai

ông lầm lũi đi

qua không biết bao nhiêu con phố

đôi chân đã mỏi nhưng cô không muốn lại phải bắt đầu trong một lần khác

nên cô vẫn lặng lẽ theo ông

cuối cùng cũng đến một nơi thật bất ngờ

đó là một ngôi nhà đẹp và sang trọng

điều đó giải thích phần nào sự lịch lãm của ông

mọi thắc mắc của cô từ từ được giải đáp

ông vốn là một nghệ sĩ chơi guitar đồng thời là một ca sĩ trong ban nhạc cung đình

ông cũng là người thích leo núi
trong một lần lên núi
những người bạn ông chứng kiến kể lại
đứng trên mỏm đá cheo leo giữa mây trời
ông đã reo lên
tôi nhìn thấy rồi
và không ai thật sự biết ông đã bị ngã xuống hay tự nhảy xuống
ông không chết nhờ có dòng nước cứu đỡ
nhưng ông đã hoàn toàn mất trí nhớ từ đó
đã có rất nhiều phụ nữ đến với ông và mong ông nhớ ra họ
tuyệt nhiên ông không nhớ ai và không nhớ điều gì ngoài khúc ca ông vẫn hát rêu rao ngoài đường
đó là bài hát độc nhất do chính ông sáng tác
lẽ ra mọi điều nên kết thúc ở đây khi không còn gì bí mật và cô không thể sống cuộc đời của ông
nhưng cô càng tò mò hơn tự hỏi
ông đã nhìn thấy gì giữa mênh mông trời đất trong cái ngày định mệnh ấy
cô nghĩ không thể hỏi ai khác ngoài ông
và cô đã đến trước mặt ông hỏi
ông đã nhìn thấy gì
bất ngờ khuôn mặt ông bừng sáng một cách lạ thường
ông lắp bắp
tôi đã
nhìn thấy em
tôi đã nhìn thấy em

cô ngỡ ngàng và yên lặng để ông vuốt ve khuôn mặt càng lúc càng đẫm ướt nước mắt của mình

và ông nói tiếp

tôi nhớ ra rồi

trên mỏm đá chơi vơi ấy

tôi nhìn thấy em trong chiếc áo trắng rực rỡ như hôm nay

bởi ánh sáng của đức chúa trời và tôi biết đấy là thiên đàng

mơ màng một lúc như để nhớ thêm

ông nói hôm đó em đã gọi tôi

cô mỉm cười và nghĩ em đã gọi anh mỗi ngày

nhưng cô biết ông đã thật sự thuộc về một thế giới khác.

32. CÂY VĨ CẦM CỦA CHÚA

Cả vũ trụ này là một ban nhạc
chúa nói
ta ban cho các ngươi
tất cả diễn khúc của nó là một hoan ca bất tận

hãy lắng nghe
một người nói
nhưng tai tôi điếc
mắt tôi mù
lòng thương xót của chúa vô biên
vì thế ngài trao cho hắn một người đàn bà và phán
ta ban cho ngươi một cây đàn
hãy dùng nó như lòng ngươi mong muốn
hắn mang cây đàn về nhà
đấy là một người đàn bà và hắn gọi người đàn bà ấy là cây vĩ cầm của chúa
quả thật
cây vĩ cầm của chúa có khác
ngoài việc cần có một cây vĩ để kéo như mọi cây vĩ cầm khác
cây vĩ cầm của chúa tự nó cũng có thể ngân lên những âm điệu mà nó muốn
nhưng hắn vốn là người bị điếc và mù lòa như hắn thố lộ
cho nên để cảm nhận được âm thanh kỳ diệu của cây đàn
hắn phải tự dùng thân tâm của mình làm cây vĩ để kéo
ban đầu cũng chỉ là những âm thanh ọc ẹc
đôi khi chói tai dù tai hắn điếc
nhiều lúc hắn cũng muốn đập vỡ cây đàn vì bực bội
nhưng âm nhạc vốn nhiệm màu thấu cảm và hàn gắn
càng ngày hắn càng khéo léo hơn với cây vĩ của mình
và nhịp nhàng hơn với cây đàn
đến một ngày

hắn nhận ra cuộc sống quả là một hòa ca bất tận

cứa vào nhau bật máu đau đớn hay vuốt ve dịu dàng đều là những giọt mật thanh âm rót tình độ lượng

âm nhạc biến thành âm vị làm thực phẩm cho cuộc sống

và âm nhạc cũng là hương bay để nâng lòng lên với chúa.

33. UMBALA

Cho đến một ngày kia thật xa trong tương lai

khi con người khám phá được bí mật về nguyên lý tự bay như các loài chim

cũng như khám phá được bí quyết xóa bỏ khoảng cách trong không gian

lúc đó gần như không còn xe cộ nữa

nếu phải vận chuyển một số đồ đạc chẳng hạn

người ta có cách khác đơn giản hơn như phân hóa chúng thành ánh sáng

nhưng ngược lại với tất cả những thành tựu khoa học mà con người bây giờ có thể mường tượng được

các chính phủ hay biên giới quốc gia dần dần biến mất và được thay thế bằng các tập đoàn kinh tế

Sự cô đơn của con người khi ấy có tính vật lý hơn và không thể phá vỡ bằng tình yêu hay sự cảm thông

các thể loại nghệ sĩ như nhà văn

họa sĩ sẽ tuyệt chủng bởi cái đẹp và mọi ẩn ức sâu kín của con người đã được giải mã

nhưng may mắn thay

âm nhạc không những còn mà thậm chí trở nên khẩn thiết hơn

dù bất cứ ai cũng có thể diễn tấu hay ca hát

tuy nhiên cuộc sống không phải thiên đường mặc dù không một ai phải đói khát hay thiếu thốn tiện nghi vật chất điều gì khiến con người không hạnh phúc?

không ai giải đáp được điều này

bởi nếu có đáp án thì tất sẽ có giải pháp

các tu sĩ hay triết gia lại là những kẻ bất hạnh nhất bởi ý nghĩa cuộc sống hay cứu cánh của con người đã được minh nhiên bằng hiện thực

chúa đã hiện ra cũng như các loài quỉ dữ bước ra từ bóng tối

mọi loại ý niệm đều trở thành cụ thể

vì thế sự đơn độc của con người càng trở nên khủng khiếp hơn

mà không điều gì có thể cứu vãn được

giữa lúc tuyệt vọng ấy

có một đấng cứu thế tái sinh trong hoang địa

và người phán

umbala umbala umbala

hãy mở lòng ra

ta là hạnh phúc và là hạnh phúc thật

tất cả những ai được gọi là thức thời

họ đi theo ngài và không ngừng truy vấn mật chú umbala umbala umbala

nhưng umbala umbala umbala sẽ mãi mãi là một bí mật của thượng đế

và bản thân việc truy vấn ấy đã là một khát khao hạnh phúc

con người lại tìm thấy ý nghĩa cuộc sống của mình

umbala umbala umbala.

34. PHÉP LẠ KHÔNG PHẢI CỦA CHÚA

Thế giới là một viên kim cương với mọi góc cạnh đau khổ và hạnh phúc
tất cả đều lóng lánh
cô gái có chiếc răng thỏ hỏi người kể chuyện hoang đường xứ mêman
chỗ nào là em trên viên kim cương ấy
người kể chuyện ẩn mật bảo
em là tất cả viên kim cương
em là thế giới
dường như có một phép lạ vừa xảy ra
thảng thốt và bối rối vì điều vi diệu mà cô nhận biết được
nó như ánh sáng chiếu rọi vào nơi tối tăm
như trí nhớ bừng tỉnh sau giấc ngủ quên lãng
nó không thật sự mới nhưng như mới
là tinh khôi
là sự thấu cảm với chính mình
cũng là sự thông tuệ của chân như bản ngã
và cô cảm thấy mình phiêu diêu bát ngát
cô muốn nói đây là tôi của tình yêu
nhưng cô im lặng để viên mãn tràn đầy cô
khi ấy

người kể chuyện vu vơ đã bỏ đi
bất chợt cô cảm thấy mình mất mát và hụt hẫng
điều đó làm cô trở nên thiếu thốn cái không thuộc về mình
đó lại là một vi diệu khác mà cô chưa từng biết tới.

35. THIÊN THẦN, MA QUỶ VÀ CON NGƯỜI

Ngày xửa ngày xưa
khi thiên thần
ma quỷ và con người còn sống chung với nhau
con người là giống loài ưa tị hiềm nhất
họ hỏi thượng đế

tại sao chúng con không có cánh như thiên thần
thượng đế là đấng khôn ngoan hỏi lại
thế các con có muốn mọc đuôi như ma quỷ không
con người giẫy nẩy lên thưa
không
không
chúng con không muốn có đuôi
thượng đế nhân từ liền phán
ta không muốn các con có cánh như thiên thần hay có đuôi như ma quỷ
bởi vì ta dành cho các ngươi một ân sủng đặc biệt
các ngươi sẽ luôn biết mơ ước điều cao trọng
cũng như các con sẽ nhận biết sợ hãi sự xấu xa
con người không thỏa mãn với lòng nhân từ ấy của hượng đế
họ nói
chúa ơi
cả hai điều ấy chúng con đều không làm được
thượng đế thiện lành phán
ta ban cho các ngươi tự do
ta cũng ban cho các ngươi khả năng chọn lựa
các ngươi phải sống chính cuộc sống của mình
nói xong thượng đế bỏ đi
con người nhìn sang thiên thần
rồi lại nhìn sang ma quỷ
họ thấy sự khác biệt
họ cũng thấy họ vừa là thiên thần vừa là ma quỷ

nhưng chính mình là cái gì
họ không biết
từ đó thiên thần xa lánh họ
ma quỷ thì ẩn núp rình rập họ
thế giới chỉ còn con người bơ vơ
họ mò mẫm từng giờ từng ngày giữa vô minh
rồi một ngày kia
phật đản sinh nói với chúng sinh rằng đời là bể khổ
hãy tự giải thoát
một ngày khác
chúa cũng giáng thế và phán hãy sám hối vì nước trời đã đến gần
nhưng con người vẫn không biết mình là ai
được sinh ra để làm gì
vì thế họ không thể tự giải thoát hay sám hối
con người giết nhau để tồn tại
giữa lúc tuyệt vọng ấy
cả thiên thần và ma quỷ cùng xuất hiện
nhưng không biết điều bí hiểm nào đã xảy ra
thiên thần bị gãy cánh
còn ma quỷ thì rụng đuôi
vì thế cả thiên thần
ma quỷ
và con người đều không nhận ra nhau.

36. NHỮNG MẢNH VỤN LINH HỒN

Khi thế giới không còn xác định được ngày tháng
có một người từ biển bước lên
lớn tiếng
tôi là kẻ được tái sinh
vì thế tôi đã có muôn lượng kiếp
ở mỗi một kiếp
linh hồn tôi thất lạc một vài mảnh vụn
cũng vì thế
kiếp này của tôi chỉ là để truy tìm những mảnh vụn đã thất lạc ở kiếp khác
nhưng càng tìm kiếm
nghĩa là càng đầu thai
tôi càng bị mất mát nhiều hơn
đám đông bảo hắn là kẻ nói nhăng nói cuội
nhưng hắn vẫn quả quyết ngày càng xác tín hơn
càng sống
tôi càng thấy thiếu
có một số người bảo
có thể chúng tôi đã nhặt được những mảnh vụn

nhưng chúng tôi không nghĩ đó là những mảnh vụn linh hồn
bởi vì chúng rất ngứa ngáy
hắn mừng rỡ
xin vui lòng trả lại cho tôi những mảnh vụn ngứa ngáy đó
người ta hỏi lại hắn
có điều gì chứng minh sự ngứa ngáy đó là của ông
hắn đáp
cũng đơn giản thôi
nếu các ông trả lại tôi
các ông sẽ hết ngứa ngáy
người ta đồng ý trả lại cho hắn những mảnh vụn xa lạ
và đúng như hắn nói
những ai trả lại hắn đều hết ngứa ngáy
nhưng ngay khi ấy
chính hắn lại bị ngứa ngáy
hắn nhận ra những mảnh vụn đi lạc của hắn qua nhiều kiếp đã không còn là hắn
làm thế nào để hết ngứa
hắn không thể vứt đi hay quăng cho ai những mảnh vụn của hắn
từ đó hắn bị ngứa kinh niên
ngứa suốt ngày suốt đêm
ngày này qua ngày khác
cho đến khi có một người xa lạ từ trên núi xuống vỗ vai hắn hỏi
ông nhận ra tôi không
hắn nhìn kỹ lại người lạ rồi trả lời

tôi không nghĩ đã từng quen biết ông
người lạ cười rất to
tôi không có ý định nói chúng ta từng quen biết nhau
hắn ngạc nhiên
không hiểu người lạ muốn gì
người lạ bảo hãy nhìn sâu vào mắt tôi
hắn nhìn
càng lúc hắn càng cảm thấy bị hút vào chân không
cảm giác ngứa ngáy mất dần và khi hắn cảm thấy thật sự thoải mái
hắn nhận ra chẳng có gì là của hắn.

37. QUÀ TẶNG CỦA THƯỢNG ĐẾ

Ở miền quê xa xôi nọ
hoang vắng và điêu tàn
tất cả bọn con trai lớn lên đều bỏ xứ đi
tất cả bọn con gái lớn lên cũng đều bỏ xứ đi
duy nhất có một cô gái ở lại với gia đình mình

bởi cô không muốn cha mẹ phải sống đơn độc không ai chăm sóc
phần khác
cô cũng không muốn rời bỏ nơi mà cô nghĩ nó là linh hồn của mình
điều đã khiến cho mọi người phải bỏ đi
sự cạn kiệt của đất
cũng là sự nghèo khó của cô là một thách đố vô đối
làm thế nào để sống khi thiên nhiên đã quay mặt
rừng trơ trụi
sông bị nhiễm độc không một sinh vật nào sống được
lòng người thì phản bội
chỉ còn những đám mây vô tích sự bay trên bầu trời
từ sáng cho đến tối
ngày này qua ngày khác
cô đi đào bới rễ cây làm thuốc chữa bệnh và cũng là để làm thực phẩm cho gia đình mình
đấy là một bí mật không ai hiểu được khi người ta nhìn thấy cô vẫn xinh tươi và cha mẹ cô vẫn khỏe mạnh
một ngày kia
có một kẻ lang bạt đi qua miền đất khô cằn ấy
chẳng may anh ta bị ngã bệnh bất ngờ
thoi thóp bên một nấm mộ cổ
phát hiện có người lạ sắp chết
cô vội vàng cõng anh ta về nhà
cho anh ta uống thứ nước rễ cây mà cả nhà cô vẫn uống
trong phút chốc

anh chàng tỉnh lại kêu đói

cô cho anh ta ăn một ít bột cũng làm bằng rễ cây ấy

thứ mà cả nhà cô vẫn ăn

mới chỉ ăn vài miếng

anh ta đã thấy no

và kỳ lạ thay

anh ta đã tự đứng lên như một người khỏe mạnh

thậm chí anh bảo chưa bao giờ từng khỏe mạnh như thế

anh tò mò hỏi cô đó có phải là thuốc thần không

cô bật cười cho biết

đó chỉ là món ăn thường ngày của gia đình em

sau khi đã xin thêm một ít thức ăn lạ lùng đó mang theo

anh cảm tạ cô và từ biệt

cuộc đời cô tưởng như sẽ chẳng có gì thay đổi khi cô vẫn cứ ngày ngày từ sáng đến tối đi đào bới rễ cây để nuôi sống gia đình mình

nhưng chưa đầy một mùa trăng

chàng trai được cô cứu sống đã quay trở lại và đem theo rất nhiều người

anh xin cô cho phép anh được xây một lâu đài ngay trong khu đất của nhà cô

đồng thời anh thuê tất cả những ai còn sức lao động trong vùng khai hoang và gieo trồng cái cây có bộ rễ đã cứu sống mình mà anh đã trìu mến đặt cho nó một tên mới

cây quý nương

công việc có thể được xem như cuối cùng của anh ở đây là xin được cưới cô làm vợ nhưng cô ra điều kiện chỉ đồng ý nếu bằng lòng cho cô tiếp tục sống ở vùng quê đang dần trở nên xanh tươi này

cô nói em yêu đất và yêu quê khốn khổ đã cưu mang em

anh ôm lấy cô và nói anh ở lại với em và sẽ biến nơi đây thành một kinh đô xinh đẹp trù phú

cả đến khi ấy

cô cũng không hề biết anh chàng lãng tử đáng yêu này là một vị vua chuẩn bị đăng quang.

38. Ở TRẦN GIAN
CHỈ NHỮNG NGƯỜI YÊU NHAU MỚI BIẾT

Khi cuội bị cây đa kéo lên cung trăng thì hằng nga đã ở đó
gặp được đồng loại
hằng nga mừng lắm
và họ cũng hiểu rằng
cuội sẽ không bao giờ chết vì đã có lá đa chữa bá bệnh
hằng nga cũng sẽ trường sinh bất lão vì nhờ thuốc tiên

họ sẽ phải cùng sống bên nhau đến muôn đời sau bất kể vui buồn
và họ bối rối vì điều ấy
hằng nga đã có chồng và nàng yêu chồng
cuội cũng đã có vợ và chàng yêu vợ
ban đầu
cuội chỉ nằm gốc đa một mình
hằng nga về chỗ đồng cỏ làm bạn với thỏ trắng
mỗi khi trăng sáng họ mới gặp nhau hàn huyên cho đỡ nhớ loài người
chuyện ở mặt đất có là bao trong cõi vô cùng vắng lặng
chuyện ở cung trăng thì bóng gió mơ màng
mơ mãi giấc mơ cũng biến thành hiện thực
và họ nhận ra
dù thương yêu nhưng thỏ trắng cũng không thể chia sẻ được nỗi niềm bí ẩn của phụ nữ như hằng nga
dẫu đầy bóng mát nhưng cây đa cũng không thể khỏa lấp được những khát khao thầm kín của cuội
cuội không còn người đàn bà của mình
hằng nga cũng không còn người đàn ông của mình
thời gian thì miên viễn
cuộc đời chỉ còn có họ
một cõi miền hoang vắng khốc liệt nhưng cũng đắm đuối khôn cùng
cuội vốn chỉ là một chàng tiều phu chất phác
hằng nga dẫu sao cũng là một phụ nữ cao sang
nhưng sự hồn hậu đã san bằng khoảng cách giữa họ
tiếc thay

cuội không thể và cũng không biết cách tỏ bày lòng khát khao với hằng nga thế nào

hằng nga cũng không thể tự nhiên phơi mở nồng nàn của mình với cuội

một hôm trăng sáng bất thường

cuội cầm tay hằng nga bảo

trời đất đã an bài rồi

nàng ở lại với ta

hằng nga e lệ nói

thiếp phải về vì thỏ trắng sẽ bơ vơ

cuội bảo nàng yên tâm

mỗi sáng tôi sẽ cắt cỏ cho thỏ

cuội vừa nói xong thì cung trăng bất chợt tối hẳn

hằng nga sợ hãi nép vào trong vòng tay cuội

nguyệt thực

không ai còn nhìn thấy hằng nga đâu nữa

dưới đất nhìn lên

người ta vẫn thấy chú cuội một mình dưới gốc đa

nhưng chỉ những người yêu nhau mới biết hằng nga đã nằm trong lòng cuội.

39. PHÙ THỦY, CÔNG CHÚA, HOÀNG TỬ, GÃ THÀY LANG TINH QUÁI VÀ CÂU CHUYỆN CỦA TRẦN GIAN

Phù thủy

bởi là một phù thủy

nên không ai biết tuổi tác hay nhan sắc thật sự của mụ như thế nào khi cần đẹp

mụ sẽ biến hình thành một nàng thơ nhu mì dưới mắt thi sĩ

cũng như có thể thay hình đổi dạng thành một cô gái kiêu kỳ gợi cảm quyến rũ các tay đại phú

khi cần xấu hay tránh một tai họa

mụ sẽ giấu mình dưới một lớp vỏ già nua tiều tụy hoặc một cô gái trẻ nhưng tật nguyền yếu đuối

tuy nhiên

thời gian của mụ không phải chỉ bận tâm đến nhan sắc

gây tai họa cho người khác là niềm vui của mụ

đặc biệt với những người mụ căm ghét như xinh đẹp tử tế hoặc sang trọng

một trong số những nạn nhân của mụ là công chúa hoa hồng xứ mêman

Công chúa

đó là một cô gái không có bất cứ điều gì có thể so sánh được

là con độc nhất của tiểu vương xứ mêman

cô thừa hưởng tất cả mọi tinh hoa của dòng tộc

cô đẹp hơn mọi loại hoa có trên mặt đất

đặc biệt khi cười

khuôn mặt cô tràn đầy bao dung tươi tắn

đôi mắt cô hồn nhiên trong suốt nhưng thấu cảm mọi nỗi buồn vui của con người

tóc cô mềm mượt như sương khói

chẳng những thế

cô còn sở hữu một vóc dáng của núi và biển khiêu khích tột độ mọi ước
mơ khám phá

thế còn tâm hồn hay tính cách của cô thì sao

người cha của cô nói ta hài lòng vì con ta có lòng trắc ẩn vô bờ bến

quả vậy

sự lân tuất của cô khiến cho lòng người hân hoan

hằng ngày

cô đến thăm các cụ già neo đơn trong kinh thành và mang quà cho họ

cô cũng thường vui đùa với trẻ con trên đường phố như bản chất cô là thế

và bọn trẻ con thì yêu cô như yêu cô tiên trong các chuyện cổ tích mà cô
vẫn kể cho chúng nghe

cô vừa đến tuổi trăng tròn

và lòng cô vẫn mơ màng với những vì sao xa xăm trong đêm

Hoàng tử

cậu út của vị vua cai trị tất cả các ngọn núi trên mặt đất là một hoàng tử
không thích quyền lực

chàng từ bỏ mọi đặc quyền để sống như một người dân bình thường
trong công việc của người trồng rừng

chàng vạm vỡ hoang dã và đầy bí ẩn

không một cô gái nào trót nhìn thấy chàng mà không sinh lòng tơ tưởng

đó là người đàn ông của mọi đàn ông

thông minh và độ lượng

mạnh mẽ và siêng năng

hấp lực của chàng mãnh liệt đến độ thú hoang cũng phải qui phục mỗi ngày

chàng đều đi vào rừng

nói chuyện với từng ngọn cây và cứu thương những con vật mắc nạn

không ngày nào chàng không trồng thêm ít nhất một cây mới

vì thế rừng của chàng càng ngày càng bạt ngàn xanh tươi

một hôm vua cha gọi chàng đến bảo

ta muốn con cưới vợ

bởi ta hài lòng về con và ta muốn dòng dõi ta được sinh sôi từ yêu thương

và để cho sự yêu thương tràn đầy trên mặt đất này

chàng thưa vâng

và chàng nghĩ ngay đến ông thày lang vẫn đi tìm cây thuốc trong rừng có thể giúp mình

Gã thày lang tinh quái

trong một khu vực rộng lớn không có chuyện gì mà gã thày lang không biết

không một hang hốc nào mà gã thày lang chưa đặt chân đến

từ hoàng tử trồng rừng mà gã đã xin phép để được tìm dược liệu

đến mọi gia đình mà gã là một thày thuốc không thể thiếu

ngoài bệnh tật cần chữa trị

điều gì không biết cứ hỏi gã

vì thế

gã cũng là kẻ khiến mụ phù thủy thù ghét nhất

trong lúc mụ phù thủy chỉ đem tai họa đến cho người này người kia

thì chính gã thày thuốc này lại là người hóa giải mọi tai ương cho con

người
bệnh gì gã thày lang cũng hóa giải được
kể cả những rắc rối tình cảm hay mâu thuẫn xung đột giữa người này với người khác
rất nhiều lần
mụ phù thủy tìm cách hãm hại gã thày lang
một trong những âm mưu thâm độc nhất của mụ là quyến rũ người đàn ông bất trị này bằng ma lực phụ nữ của mình
nhưng mọi chiêu trò của mụ đều thất bại
bởi vì gã thày lang tỏ tường mọi chân tướng và yêu chuộng sự thật
gã nói với mụ phù thủy
thần chết còn chưa khuất phục được ta
thì những ma mị ảo tưởng của mụ sao qua mắt ta được
ghìm uất ức
mụ phù thủy chờ cơ hội phục thù

Và câu chuyện của trần gian

người con gái thuần hậu
nhân đức và xinh đẹp bậc nhất thế gian chính là cô công chúa ở xứ mêman
cô đẹp đôi xứng đáng với một đại trượng phu như hoàng tử trồng rừng
nhưng mụ phù thủy nhanh chân hơn gã thày lang
trong lúc công chúa đang hào hứng kể chuyện cho bọn trẻ con dưới gốc cây ngọc lan tỏa hương
mụ phù thủy thả con rắn độc nuôi trong tay áo
không một tiếng động

con rắn phóng đến như một mũi tên cắn vào chân công chúa
cô không kịp biết điều gì đã xảy ra thì hôn mê bất tỉnh
cũng đúng lúc ấy
gã thày lang vừa kịp đến nơi và chứng kiến tất cả
gã lo lắng xem mạch cho cô
không một thần dược nào có thể cứu sống được cô khi chất độc của rắn
và tà niệm của mụ phù thủy đã tan trong máu
chỉ có máu của người trong sạch và lương thiện hòa vào máu cô mới hóa
giải được độc tố
cũng như gieo vào lòng cô cái thiện tâm suối nguồn của đất trời mới
mong cứu vãn sinh mệnh cho cô
nhớ đến hoàng tử và sứ mệnh của mình
gã thày lang vội cho người đi tìm chàng với lời nhắn
xin hãy cứu người

khi hoàng tử chuẩn bị lên đường thì bất chợt trời nổi bão giông
cây cối đổ ngã làm chậm vó ngựa của chàng
những dòng sông vỡ nước ngập lụt khắp nơi cản bước chàng
tất cả mọi khó khăn ấy đều do mụ phù thủy gây ra nhằm chặn lối chàng
đến với người đang cần được cứu sống
nhưng cứu người là thiêng liêng
chàng bất kể mọi trở ngại cũng như nguy hiểm cho bản thân mình
đi không ngừng nghỉ theo người dẫn đường
cuối cùng sự can đảm và lòng thương người đã chiến thắng thù hận
chàng đến kịp lúc khi công chúa chỉ còn thoi thóp thở
thày thuốc cắt mạch máu cổ tay chàng và đưa vào miệng cô

kỳ diệu thay
làn da công chúa hồng hào dần lên
thày thuốc tạ ơn trời rồi bảo đủ rồi
công chúa tỉnh lại trước sự vui mừng của vua cha và toàn thể triều đình
thày thuốc thưa với hoàng tử
đây chính là cô gái mà tôi muốn tìm cho ngài
thày thuốc cũng nói với cô gái
đây là người đàn ông đã lấy máu mình để cứu công chúa
họ nhìn nhau và biết rằng họ đã thuộc về nhau như định mệnh phải thế

dân gian hoan hỉ lan truyền với nhau về một đám cưới sẽ được tổ chức cho tất cả thần dân tham dự
mụ phù thủy nghe tin ấy lồng lộn nghiến răng
ta sẽ trả thù tới đời con cái các ngươi

Lời nguyền của phù thủy

đám cưới của hoàng tử trống rừng chất phác và công chúa đức hạnh được tổ chức cả ở hai nơi
bên nội và bên ngoại
thần dân cả hai xứ đều được mời tham dự lễ hội chưa từng có này kéo dài suốt một tuần lễ
ca hát nhảy múa với rượu nồng
giữa những lời chúc tụng tốt đẹp nhất dành cho cô dâu chú rể vang lừng khắp cõi
cũng đồng thời âm ỉ một lời nguyền độc ác của mụ phù thủy thấm vào

lòng đất

ta nguyền cho con cái các ngươi sẽ dị dạng trong cuộc sống

chia rẽ và giết chóc lẫn nhau như quân thù

mọi người bàng hoàng nhìn nhau

rồi họ bừng tỉnh

con người sẽ phải đối diện với sự bất trắc và tai ương

khi ấy đôi uyên ương đã dẫn nhau lên núi tận hưởng trăng mật

trong đêm đầu tiên của tình mộng

hoàng tử mơ thấy mình biến thành rồng

công chúa mơ thấy mình biến thành tiên

giữa đất trời

tiên rồng giao hòa như âm với dương và thụ mầm một quả trứng lớn

không phải chín tháng mười ngày

mà một trăm năm sau

quả trứng mới tự vỡ ra một đàn vừa gà vừa vịt

thật ra

đó chỉ là sự khác biệt trong tiếng nói

nhưng dẫu là người thì tính gà và nết vịt không thể chung sống

người đầu tiên nhận ra sự phân hóa giữa các con là mẹ

bà nói với chồng

thiếp sẽ mang năm mươi con xuống đồng bằng

chàng cố gắng gìn giữ năm mươi con còn lại và dạy dỗ chúng thành người

người chồng đau khổ lắm nhưng biết tình thế không thể khác đành chấp nhận đưa con về rừng

chàng hướng dẫn các con trồng trọt chăn nuôi và dạy chúng cách gọi mặt trời
cũng như cách sử dụng cung tên binh khí
phần người vợ
nàng dạy con cách bơi lội và tìm nguồn thức ăn trên sông nước
mỗi tối
nàng đều ru các con bằng những câu chuyện cổ tích về tình yêu do chính nàng chế tác
cả hai đều không muốn con cái quên nguồn gốc
dẫu tính gà hay nết vịt thì cũng cùng một dòng giống
nhưng lời nguyền của mụ phù thủy năm xưa chưa bao giờ phai nhạt
họ không phải do bất đồng ngôn ngữ mà không hiểu nhau
vì thế
cho đến hàng ngàn năm sau
họ vẫn tranh chấp và đánh giết lẫn nhau một cách không đáng có
như một định mệnh
không thể giải thích.

2019

MỤC LỤC

1. thượng đế sinh ra quỷ — 5
2. nơi tình yêu bắt đầu — 8
3. con quái vật ở đồng bằng — 11
4. chuyện của dòng sông — 14
5. ước mơ của gã chăn bò — 15
6. chim của các loại chim — 19
7. của hoàng hôn — 24
8. cây violon biết nhậu — 28
9. người đi tìm kho báu — 31
10. thần sống và thần chết — 34
11. bí kíp bị đánh mất — 37
12. mặt đất có bao nhiêu hoa — 40
13. cây đàn biết đi — 45
14. ma và người — 49
15. con ma biết buồn — 51
16. có một con ma chết vì tình — 53
17. khi thần linh yêu nhau — 56
18. âm phủ ở trần gian — 59
19. ông già tóc đỏ và bầy cô gái — 62
20. cô gái ở xứ dừa — 70

21. cửa hàng bán tim — 73
22. nu na nu nống — 79
23. cổ tích mới — 82
24. hóa trang — 84
25. vương quốc đàn ông — 86
26. sinh nhật một ngôi sao — 89
27. giấc mơ — 91
28. vương quốc của những vương quốc — 93
29. làm thế nào để đi hết trần gian — 95
30. thế giới được làm bằng gì — 98
31. hát — 101
32. cây vĩ cầm của chúa — 105
33. umbala — 108
34. phép lạ không phải của chúa — 110
35. thiên thần, ma quỷ và con người — 112
36. những mảnh vụn linh hồn / — 115
37. quà tặng của thượng đế — 118
38. ở trần gian, chỉ những người yêu nhau mới biết — 122
39. phù thủy, công chúa, hoàng tử, gã thày lang tinh quái và câu chuyện của trần gian — 125

NGUYỄN VIỆN

Tên khai sinh: NGUYỄN VĂN VIỆN

Sinh ngày: 1.2.1949 tại Đồng Xá, Hải Dương.

Hiện sống và viết tại Saigon.

Chủ trương: Nhà xuất bản CỬA.

Từng làm việc tại các báo:

Thanh Niên, Gia Đình và Xã Hội, Thể Thao và Văn Hóa, Đẹp, Saigon City Life...

Tác phẩm đã xuất bản:

- *Trinh nữ* (tập truyện). NXB Đồng Nai, 1995. Việt Nam.

- *Bố mẹ và con và...* (tạp bút). NXB Trẻ 1997. Việt Nam.
- *Hạt cát mang bóng đêm* (tiểu thuyết). NXB Trẻ 1998. Việt Nam.
- *Rồng và Rắn* (tiểu thuyết). Tổ hợp xuất bản Miền Đông Hoa Kỳ, 2002. Hoa Kỳ.
- *Thời của những tiên tri giả* (tiểu thuyết). NXB Công An Nhân Dân, 2003. Việt Nam.
- *Chữ dưới chân tường* (tiểu thuyết). NXB Văn Mới, 2004. Hoa Kỳ.
- *26 LầnTờbờlờ* (tiểu thuyết). NXB Cửa, 2008. Việt Nam.
- *Cơn bấn loạn bằng phẳng* (tiểu thuyết). NXB Cửa, 2008. Việt Nam.
- *Em có gì bí mật, hãy mail cho anh* (tiểu thuyết). NXB Cửa, 2008. Việt Nam..
- *Nín thở & chạy & một hơi* (thơ). NXB Cửa, 2008. Việt Nam.
- *Đi & Đến* (tập truyện). NXB Cửa, 2009. Việt Nam.
- *Ngồi bên lề rất trái* (truyện & kịch). NXB Cửa, 2011. Việt Nam.
- *Nhảy múa để chết* (tiểu thuyết). NXB Tiếng Quê Hương, 2013. Hoa Kỳ.
- *Đĩ thúi* (tiểu thuyết). NXB CỬA, 2013. Việt Nam.
- *Đĩ thúi & phần còn lại ở cõi chết* (tiểu thuyết). NXB Chương Văn, 2015. Hoa Kỳ.
- *Em có gì bí mật, hãy mail cho anh* (phiên bản mới). NXB Sống, 2015. Hoa Kỳ.
- *Ma & Người* (tiểu thuyết). NXB Tiếng Quê Hương, 2018. Hoa Kỳ.
- *Trong hàng rào kẽm gai, tôi thở* (thơ). NXB Nhân Ảnh, 2018. Hoa Kỳ.
- *Thần thánh không biết bơi* (tiểu thuyết) . NXB Mở Nguồn, 2019. Hoa Kỳ

- *Thảo mai trên dốc gió* (tiểu thuyết). NXB Mõm Vuông, 2021. VIệt Nam
- *Cõi người ở lại* (truyện), NXB Cửa, 2023. Việt Nam.

NXB GIẤY VỤN tái bản (Amazon phát hành) 2016:

- *Rồng và Rắn*
- *Chữ dưới chân tường*
- *26 lần TờBờLờ*
- *Cơn bấn loạn dưới đất* (tựa cũ: Cơn bấn loạn bằng phẳng)
- *Đi tới cuối đường...* (tựa cũ: Đi & Đến)
- *Ngồi bên lề, rất trái...*

www.ingramcontent.com/pod-product-compliance
Lightning Source LLC
LaVergne TN
LVHW031607060526
838201LV00063B/4756